# EGGULU

## II

N'emiryango ekkumi n'ebiri luulu kkumi na bbiri, buli gumu ku miryango gwali gwa luulu emu, n'oluguudo olw'ekibuga za-abu ennungi, ng'endabirwamu etangalijja.
(Okubikkulirwa 21:21)

# EGGULU
## II

*WAGUDDE EKITIIBWA KYA KATONDA*

## Dr. Jaerock Lee

**EGGULU II** bya Dr. Jaerock Lee
Kyafulumizibwa aba Urim Books (nga bakiikirirwa: Johnny. H. Kim)
235-3, Guro-dong3, Guro-gu, Seoul, Korea
www.urimbooks.com

Obuyinza bwonna tubwesigaliza. Ekitabo kino oba ebitundu byakyo tebirina kufulumizibwa nate mu ngeri yonna, oba okuterekebwa mu ngeri yonna, oba okufulumizibwa mu kika kyonna ng'okwokyesaamu, okunaazaamu kkoppi, awatali lukusa okuva eri abaakafulumya..

Okujjako nga kiragiddwa, Ebyawandiikibwa byonna bisimbuddwa mu Ekitabo Ekitukuvu ekiyitibwa BAIBULI Ekyafulumizibwa aba KAMPALA THE BIBLE SICIETY OF UGANDA

Obwannanyini @ 2009 bwa Dr. Jaerock Lee
ISBN: 979-11-263-1375-4 03230
Obwannannyini bw'okukavunula mu lungereza @ 2003 bwa Dr. Esther K. Chung. Ng'akkiriziddwa..

Kyasooka okufulumizibwa mu lulimi olu Korea aba Urim Books mu 2002
Kyasooka kufuluma mu gw'omusanvu 2004
N'ekiddako mu mwezi ogusooka ogwa 2009
Omulundi ogw'okusatu mu gw'omunaana gwa 2009

Kyasunsulibwa Dr. Geumsun Vin
Kyalungiyizibwa ekitongole ekisunsuzi ekya Urim Books
Kyateekebwa mu kyapa ekitongole kya Yewon Priting Company
Ayagala ebisingawo kwatagana ne : urimbook@hotmail.com

## Eby'omuwandiisi

Nsaba ofuuke omwana wa Katonda omutuufu era ogabane okwagala okutuufu mu ssanyu ery'olubeerera n'okusanyuka mu Yerusaalemi Empya, eyo okwagala kwa Katonda gye kuli mu bungi...

Nneebaza Taata Katonda n'okumuddiza ekitiibwa, oyo andaze obulungi ennyo obulamu obw'omu ggulu, era n'atuwa omukisa okufulumya Eggulu I: ddungi era litangalijja ng'ejjinja ery'omuwendo, ate kati Eggulu II: Wajjudde Ekitiibwa kya Katonda.

N'ayagala nnyo okumanya eggulu mu bujjuvu, era n'ensabanga n'okusiiba. Oluvanyuma lw'emyaka musanvu, Katonda yamala n'addamu okusaba kwange era leero, Andaga ebyama eby'ebuziba eby'ensi ey'omwoyo.

Mu kitundu ekisooka eky'ekitabo Eggulu- eky'awuddwamu ebitundu ebibiri, Nnayanjula mu bufunze ebifo eby'enjawulo eby'okubeeramu mu ggulu, nga mbisengeka mu Lusuku lwa Katonda, Obwakabaka Obusooka, Obwakabaka Obw'okubiri,

Obwakabaka Obw'okusatu, ne Yerusaalemi Empya. Ekitundu eky'okubiri kigenda okulambulula mu bujjuvu ekifo ekisingayo obulungi era eky'ekitiibwa mu bifo ebibeerwamu mu ggulu, Yerusaalemi Empya.

Katonda kwagala yalaga Omutume Yokaana Yerusaalemi Empya era n'amukkiriza okugiwandiikako mu Baibuli. Leero, ng'okudda kwa Mukama mu bbanga kuli kumpi, Katonda ayiye Omwoyo Omutuku ku bantu abatabalika era n'abalaga eggulu mu buziba obw'amaanyi. Kino kiri bwe kityo abatali bakkiriza okwetoloola ensi yonna basobole okukkiririza mu bulamu obuddako obwo obulimu eggulu oba ggeyeena, era nti abo abaatula okukkiriza kwabwe mu Kristo bajja kutambulira mu bulamu obw'obuwanguzi mu Ye era bafube okubuulira enjiri okwetoloola ensi yonna.

Eno yensonga lwaki omutume Paulo, eyalina obuvunaanyizibwa bw'okusasaanya enjiri eri abamawanga, yalabula Timoseewo mutabani we mu mwoyo, ng'agamba, "Naye ggwe tamiirukukanga mu byonna, bonaabonanga, kolanga omulimu ogw'omubuulizi w'enjiri tuukirizanga okuweereza" (2 Timoseewo 4:5).

Katonda yandaga bulungi nnyo eggulu ne ggeyeena olwo

nsobole okunyonnyola omugaso gw'ebiro ebigenda okujja ero ensonda ennya ez'ensi. Katonda ayagala abantu bonna okulokoka; Tayagala kulaba wadde omwoyo ogumu nga gugwa mu ggeyeena. Ate okusingira ddala, Ayagala abantu bangi nga bwe kisoboka okuyingira era babeerere ddala mu Yerusaalemi Empya.

N'olwekyo, tewali n'omu alina kuvumirira oba okuwakanya obubaka buno obuva ewa-Katonda obwalagibwa okuyita mu kwolesebwa okw'Omwoyo Omutuku.

Mu Ggulu II ojja kusangamu ebyama bingi ebikwata ku ggulu, ng'okulabika kwa Katonda eyabeerawo ng'ensi tennabaawo, namulondo ya Katonda, n'ebiringa ebyo. Nkakasa nti ebyo byonna eby'ogeddwako mu bujjuvu bijja okuwa abantu abo bonna abayaayanira eggulu essanyu ery'omuggundu n'okusanyuka.

Ekibuga Yerusaalemi Ekiggya, ekyazimbibwa n'okwagala okutaggwayo saako amaanyi ga Katonnda agewunyisa, kijjudde ekitiibwa Kye. Mu Yerusaalemi Empya we wali ekifo ekisingirayo ddala obuwanvu eyo Katonda gye yeekolamu Obusatu okusobola okuteekateeka omuntu, ne namulondo ya Katonda yennyini.

Lowozaamu ku bulungi n'okutangalijja kw'ekifo ekyo! Kifo kyanjawulo nnyo era kituukirivu nti tewali muntu yenna asobola kukitegeera n'akimalayo!

N'olwekyo, olina okukitegeera nti Yerusaalemi Empya tegabirwa buli oyo yenna alokolebwa. Wabula, kiweebwa abaana abo bokka emitima gyabwe egifuuse emitangaavu ng'ejjinja ery'omuwendo oluvanyuma lw'okuteekebwateekebwa okumala ekiseera ekiwanvu.

Nneebaza mu ngeri ey'enjawulo Geumsun Vin, Akulira ekitongole ekisunsuzi ne bakozi banne, saako ekitongole ekivunuzi mu kufulumya ekitabo kino.

Mpa omukisa mu linnya lya Mukama eri oyo yenna anaasoma ekitabo kino afuuke omwana wa Katonda omutuufu era agabane okwagala okwa ddala mu sanyu ery'olubeerera mu Yerusaalemi Empya eyo awajjudde Ekitiibwa kya Katonda!

*Jaerock Lee*

# Ennyanjula

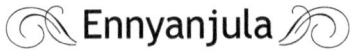

Nsuubira nti ojja kuweebwa omukisa nga bw'ozuula ebikwata ku Yerusaalemi ebiwandiikiddwa mu ngeri esingayo obwangu, era obeera olubeerera okumpi nga bw'osbola ne namulondo ya Katonda mu ggulu.

Nziriza Katonda ekitiibwa kyonna n'okumwebaza oyo eyatuwa omukisa okufulumya ekitabo Eggulu I: Awatangalijjja ng'ejjinja ery'omuwendo ate na kino eky'ongerezaako, Eggulu II: ekijjudde ekitiibwa kya Katonda.

Ekitabo kino kirina essuula mwenda, nga zonna zirina ennyinyonyola enyangu ey'ekifo ekisingayo obutukuvu n'obulungi mu ggulu, Yerusaalemi Empya mu bigambo by'obunene bw'ekifo, okumasamasa, n'obulamu mu kifo kino.

Essuula 1, "Yerusaalemi Empya: Wajjudde ekitiibwa kya Katonda," ekuwa ekifaananyi kya Yerusaalemi Empya okutwaliza awamu era n'ennyonyola n'ebyama nga namulondo ya Katonda n'ekifo ekisingayo obuwanvu eyo mu nsi ey'omwoyo, eyo Katonda gye Yeekolamu Obusatu.

Essuula 2, "Amanya ag'Ebika ekkumi n'ebibiri n'Abatume Ekkumi N'ababiri," ennyonnyola endabika y'ekibuga Yerusaalemi Ekiggya ey'ebweru. Ky'etolooddwa ebisenge ebinene ate nga biwanvu, era amanya g'ebika ekkumi n'ebibiri eby'abaana ba Yisirayiri biwandiikiddwa ku wankaaki z'ekibuga ekkumi n'ebbiri eziri ku njuyi ennya. Ku misingi ekkumi n'ebiri egy'ekibuga kwe kuli amannya ekkumi n'abiri ag'Abatume, n'ensonga era omugaso gwa buli linnya eriwandiikiddwa bijja kutangaazibwa.

Mu Ssuula 3, "Obunene bwa Yerusaalemi Empya," ojja kuzuula endabika n'engeri Yerusaalemi Empya gye yayawulwamu. Essuula eno ennyonnyola lwaki Katonda apima obunene bwa Yerusaalemi Empya n'olumuli olwa zaabu era nti omuntu okusobola okuyingira n'okubeera mu kibuga kino, alina okuba nga alina ebisaanyizo byonna eby'omwoyo, ebipimibwa n'olumuli olwa zaabu. Era ey'ogera ne ku nsonga y'obugazi bwakyo obuwanvu wansi ne waggulu w'ekibuga Yerusaalemi Ekiggya era nga buli Ri 6,000, mu kipimo ky'omu Korea eky'edda.

Essuula 4, "Kikoleddwa mu zaabu y'ennyini n'amayinja ag'omuwendo omungi aga buli langi," eyogera ku buli kintu ekyazimba ekibuga Yerusaalemi Empya mu bujjuvu. Ekibuga kyonna kitoneddwa ne zaabu yennyini n'amayinja ag'omuwendo, era essuula eno ennyonnyola obulungi bwa langi z'abyo, okumasamasa, n'ekitangaala. Era, mu ku nnyonyola ensonga lwaki Katonda yawunda ebisenge by'ekibuga ne yasepi n'ekibuga kyonna ekya Yerusaalemi Empya n'akizimba ne zaabu yennyini atangalijja nga giraasi, essuula era ejja kuba ennyonyola omugaso gw'okukkiriza

*Ennyanjula*

okw'omwoyo.

Mu Ssuula 5, "Emigaso gy'Emisingi Ekkumi N'ebiri," ojja kuyiga ku bikwatagana ku bisenge bya Yerusaalemi Empya, ezimbiddwa ku misingi ekkumi n'ebiri, n'obulungi saako omugaso ogw'omwoyo ogw'amayinja ag'omuwendo agayitibwa yasepi, safiro, kalukedoni; nnawandagala, sadonukisi; sadiyo, kerusoliso, berulo, topazi, kerusoperaso, kuwankinso, ne amesusito. Bw'ogata omugaso ogw'omwoyo ogwa buli jjinja ery'omuwendo ku mayinja ekkumi n'abiri, ojja kutegeera omutima gwa Yesu Kristo n'omutima gwa Katonda . Essuula eno ekuzaamu amaanyi okutuukiriza emitima egiragibwa mu bubonero bw'amayinja gano ekkumi n'abiri olwo osobole okuyingira era obeera olubeerera mu Kibuga kya Yerusaalemi Ekiggya.

Essuul 6, "Wankaaki ekkumi n'ebbiri ezikoleddwa mu Luulu n'oluguudo olwa zaabu," ennyonnyola ensonga n'omugaso ogw'omwoyo Katonda okuba nti yakola wakaaki kkumi n'abbiri nga za luulu, saako amakulu ag'omwoyo ag'oluguudo olwa zaabu olutemagana nga endabirwamu. Ng'ekisosonko bw'ekizaala luulu ennungi naye nga kimaze kugumira bulumi bungi, essuula eno nayo ekuzaamu amaanyi okudduka eri Wankaaki Ekkumi n'ebbiri ezo ezikoleddwa mu luulu eza Yerusaleemi Empya nga owangula buli kika kya kizibu kyonna n'okugezesebwa mu kukkiriza n'essuubi.

Essuula 7, "Endabika ennungi ennyo era esikiriza," ekutwala munda w'ebisenge by'ekibuga kya Yerusaalemi Empya ebyo ebibeera byakayaka buli kiseera. Ojja kutegeera omugaso ogw'omwoyo ogw'ebigambo, "Katonda n'Omwana gw'Endiga ye Yeekaalu yaakyo," obunene n'obulungi bw'enyumba amakula Mukama mwabeera, n'ekitiibwa ky'abantu abanaayingira Yerusaalemi Empya okubeera ne Mukama olubeerera.

Essuula 8, "Nnalaba Ekibuga Ekitukuvu, Yerusaalemi Empya," ekwanjulira ennyumba y'omu ku bantu, mu bangi oyo anaaba atambudde nga mwesigwa era n'eyetukuza wano ku nsi, oyo anaaba ow'okufuna empeera ennene mu ggulu. Ojja kuba ng'osobola okulaba ku nnaku ez'essanyu ezikuli mu maaso mu Yerusaalemi Empya ng'osoma ku bunene, n'okunyirira kw'ennyumba ez'omu ggulu, n'ebintu ebirala bingi, n'obulamu mu ggulu okutwaliza awamu.

Essuula ey'omwenda era esembayo, "Embaga Y'omu Yerusaalemi Empya esooka," ekulaga ekifaananyi eky'embaga eneesooka okubeerawo mu Yerusaalemi Empya, ng'okusala omusango ku Namulondo Ennene Enjeru kuwedde. Ng'ekwajulira abamu ku bajjajja b'okukkiriza abo ababeera okumpi ne namulondo ya Katonda, Eggulu II kimaliriza nga kiwa omukisa buli musomi okuba n'omutima ogwo ogutuukiridde era nga ogutangalijja ng'ejjinja ery'omuwendo olwo omuntu lw'anaasbola okubeera

*Ennyanjula*

okumpi ne namulondo ya Katonda mu Yerusaalemi Empya.

Gy'okoma okuyiga ku bikwatagana ku ggulu, gy'okoma okwewunya. Yerusaalemi Empya, ng'eno we wayinza okutwalibwa "ng'omutima" gw'eggulu, era eyo gy'ojja okusanga namulondo ya Katonda. Bw'oba ng'omanyi ku bulungi n'ekitiibwa kya Yerusaalemi Empya, obeera oteekwa okusuubira n'amaanyi eggulu era obeere ng'otereeza bulungi obulamu bwo mu Kristo.

Ng'ebiro by'okudda kwa Yesu, era ng'ajja kuba amaze okutegeka ebifo eby'okubeeramu mu ggulu biri kumpi nnyo olwaleero, n'ekitabo Eggulu II: Ekijjudde ekitiibwa kya Katonda Nsuubira nti ojja kwetegekera obulamu obutaggwaawo.

Nsaba mu linnya lya Mukama Yesu Kristo nti ojja kusobola okubeera okumpi ddala ne namulondo ya Katonda nga weetukuza n'esuubi ery'amaanyi ery'obulamu bw'omu Yerusaalemi Empya era obeera omwesigwa mu buvunaanyizibwa bwo bwonna obukuweebwa-Katonda.

*Geumsun Vin,*
Akulira Ekitongole Ekisunsuzi
Direkteur van die Redaksionele Buro

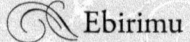 Ebirimu

Eby'omuwandiisi

Ennyanjula

*Essuula 1*  **Yerusaalemi Empya: Wajjudde ekitiibwa kya Katonda  • 1**

*Essuula 2*  **Amanya ag'Ebika  ekkumi n'ebibiri n'Abatume Ekkumi N'ababiri • 15**

*Essuula 3*  **Obunene bwa Yerusaalemi Empya • 35**

*Essuula 4*  **Kikoleddwa mu zaabu y'ennyini n'amayinja ag'omuwendo omungi aga buli Langi  • 45**

*Essuula 5*  Emigaso gy'Emisingi Ekkumi N'ebiri • 57

*Essuula 6*  Wankaaki ekkumi n'ebbiri ezikoleddwa
            mu Luulu n'oluguudo olwa zaabu • 105

*Essuula 7*  Endabika ennungi ennyo era esikirizaEndabika
            ennungi ennyo era esikiriza • 121

*Essuula 8*  Nnalaba Ekibuga Ekitukuvu, Yerusaalemi Empya • 147

*Essuula 9*  Embaga Y'omu Yerusaalemi Empya esooka • 179

# Essuula 1

## Yerusaalemi Empya: Wajjudde Ekitiibwa kya Katonda

1. Mu Yerusaalemi Empya we wali Namulondo ya Katonda
2. Ekifo ekisingayo obuwanvu mu Nsi ey'Omwoyo
3. Omugole w'Omwana Gw'endiga
4. Kyaka ng'ebyokwewunda ebitangaavu ennyo era nga kitangalijja ng'ejjinja ery'omuwendo

Okubikkulirwa 21:10-11

N'antwala mu Mwoyo ku lusozi olunene oluwanvu, n'andaga ekibuga ekitukuvu Yerusaalemi nga kikka okuva mu ggulu ewa Katonda, okumasamasa kwakyo ng'ejjinja ery'omuwendo omungi ennyo, ng'ejjinja yasepi, eritangalijja.

Eggulu ye nsi ey'emitendera-ena, efugibwa Katonda kwagala Yennyini era omwenkanya. Wadde tetugiraba n'amaaso gaffe, ddala eggulu gyeriri. Olwo ssanyu ly'enkana ki n'okujjaganya saako okwebaza n'ekitiibwa ebinaaba bikulukuta mu ggulu okuva lw'ekiri nti kye kirabo ekisingayo Katonda kyategekedde abaana Be abo abafunye obulokozi?

Kyokka, waliyo ebifo ebibeerwamu eby'enjawulo mu ggulu mwennyini. Waliyo Yerusaalemi Empya ng'eno we wali namulondo ya Katonda, kyokka nga waliyo n'olusuku lwa Katonda eyo abantu abayita ku lugwanyu okulokoka gye babeera olubeerera. Ng'obulamu bw'omu kasisira n'obulamu bw'omunyumba amakula kabaka mwabeera bwe biri eby'enjawulo ddala ne ku nsi kuno, waliyo enjawulo y'amaanyi mu kitiibwa eky'okubeera mu lusuku lwa Katonda n'okuyingira Yerusaalemi Empya.

Wabula wadde guli gutyo, abakkiriza abamu batwala "eggulu " ne "Yerusaalemi Empya" okuba bye bimu, era abamu tebamanyi na kumanya nti waliyo Yerusaalemi Empya. Kino nga kya nnaku nnyo! Si kyangu okufuna eggulu waadde ng'olina ky'olimanyiiko. Olwo, omuntu, ayinza atya okudda eri Yerusaalemi Empya nga talina kyagimanyiiko?

N'olwekyo, Katonda yalaga Yokaana Yerusaalemi Empya era n'amuganya okugiwandiikako mu bujjuvu mu Baibuli. Okubikkulirwa 21 wannyonyola Yerusaalemi Empya mu buzibwa, era Yokaana yakwatibwako olw'okulaba obulabi ebweru waakyo.

Yayatula mu Kubikkulirwa 21:10-11, "N'antwala mu Mwoyo ku lusozi olunene oluwanvu, n'andaga ekibuga ekitukuvu Yerusaalemi nga kikka okuva mu ggulu ewa Katonda, nga kirina ekitiibwa kya Katonda: okumasamasa kwakyo ng'ejjinja ery'omuwendo omungi ennyo, ng'ejjinja yasepi, eritangalijja."

Olwo, lwaki Yerusaalemi Empya ejjudde ekitiibwa kya Katonda?

## 1. Mu Yerusaalemi Empya we wali Namulondo ya Katonda

Mu Yerusaalemi Empya we wali Namulondo ya Katonda. Olwo ekitiibwa ekijjudde mu Yerusaalemu Empya kinaabe kyenkana wa okuva lwe kiri nti Katonda yennyini gy'abeera?

Yensonga lwaki osobola okulaba nti abantu baddiza Katonda ekitiibwa, bamwebaza, n'okumugulumiza emisana n'ekiro. Okubikkulirwa 4:8: "N'ebiramu ebina, nga birina buli kimu ebiwaawaatiro mukaaga, bijjudde amaaso enjuyi zonna ne munda, so tebiriiko kuwummula emisana n'ekiro nga byogera nti Omutukuvu, Omutukuvu, Omutukuvu, Mukama Katonda, Omuyinza w'ebintu byonna eyabaawo era abaawo era ajja okubaawo.'"

Yerusaalemi Empya era kiyitibwa "Ekibuga Ekitukuvu" kubanga kibeera kipya buli lukya olw'ekigambo kya Katonda, oyo ow'amazima, ataliiko bbala, era ekitangaala kye nnyini omutali nzikiza yonna mu Ye.

Yerusaalemi kye kifo Yesu, eyajja mu mubiri okuggula ekkubo ery'obulokozi eri abantu bonna, gye yabuulira enjiri era n'atuukiriza Amateeka n'okwagala. N'olwekyo, Katonda Yerusaalemi Empya yagizimbira abo bonna abakkiriza abaatuukiriza Amateeka n'okwagala okubeerayo.

### Namulondo ya Katonda eri wakati mu Yerusaalemi Empya

Olwo, wa wennyini mu Yerusaalemi Empya awasangibwa Namulondo ya Katonda? Okuddamu kutulagibwa mu Kubikkulirwa 22:3-4:

So teribaayo nate kikolimo, n'entebe ya Katonda n'ey'Omwana gw'endiga eneebeeranga omwo, n'abaddu be banaamuweerezanga, era banaamulabanga amaaso ge, era erinnya lye linaabanga mu byenyi byabwe

Namulondo ya Katonda eri wakati mu Yerusaalemi Empya, era abo bokka abagondera Ekigambo kya Katonda ng'omuddu omuwulize be basobola okuyingirayo ne balaba Katonda maaso ku maaso.

Kino kiri bwe kityo lwakuba Katonda atugamba mu Baebulaniya 12:14, "Mugobererenga emirembe eri abantu bonna, n'obutukuvu awatali obwo siwali aliraba Mukama," ne mu Matayo 5:8, "Balina omukisa abalina omutima omulongoofu, kubanga abo baliraba Katonda."

N'olwekyo, olina okukizuula nti si buli muntu nti asobola okuyingira Yerusaalemi Empya eyo ewali Namulondo ya Katonda, nga era buli muntu bwatayinza kuyingira mu kisenge oba ekizimbe pulezidenti oba Kabaka mwabeera okumulaba maaso ku maaso ne ku nsi eno.

Namulondo ya Katonda efaanana etya? Abamu bayinza okulowooza nti eringa entebe ennene, naye ekyo si bwe kiri. Mu kutegeera okwangu, etegeeza entebe Katonda kwatuula, naye mu kutegeera okugaziyiziddwa, etegeeza ekifo Katonda mwabeera.

N'olwekyo, "Namulondo ya Katonda" kitegeeza ekifo Katonda mwabeera, n'okwetooloola entebe Ye ekiri wakati mu Yerusaalemi Empya, era nga waliwo musoke n'entebe abiri mu nnya ez'abakadde.

### Musoke n'entebe abiri - mu nnya ez'abakadde

Osobola okuwulira obulungi, okwakaayakana, n'obunene bwa namulondo ya Katonda mu Kubikkulirwa 4:3-6:

Naye eyali atudde ku yali afaanana ng'ejjinja erya yasepi n'erya sadio; era nga waliwo musoke okwetooloola entebe eyali efaanana nga zumaliidi okulabika. Entebe ey'obwakabaka yali yeetooloddwa entebe ez'obwakabaka amakumi abiri mu nnya; ne ku ntebe kwaliko abakadde amakumi abairi mu bana nga batudde, nga bambadde engoye enjeru; ne ku mitwe gyabwe engule eza zaabu. Ne ku ntebe nga kuvaako okumyansa n'amaloboozi n'okubwatuuka. Nettabaaza omusanvu ez'omuliro nga zaaka mu maaso g'entebe gy'emyoyo omusanvu egya Katonda, ne mu maaso g'entebe ng'enyanja ey'endabirwamu, efaanana nga kulusitalo, ne wakati w'entebe n'okwetooloola entebe ebiramu bina ebijjudde amaaso mu bwenyi ne nnyuma..

Bamalayika bangi n'eggye ery'omu ggulu baweereza Katonda. Era waliyo n'ebitonde ebirala eby'omwoyo bingi nga cherubim n'ebiramu ebina ebimukuuma.

N'ennyanja ey'endabirwamu eri mu maaso ga namulondo ya Katonda. Era walabika bulungi nnyo ng'olabyewo, waliwo amataala aga buli kika agetooloodde namulondo ya Katonda nga bwe gakuba mu nyanja ey'endabirwamu.

Abakadde amakumi abiri mu-abana beetooloola batya namulondo ya Katonda? Ekkumi n'ababiri ku bbo babeera emabega wa Mukama, abalala ekkumi n'ababiri emabega w'Omwoyo Omutukuvu. Abakadde bano amakumi abairi mu-abana bantu abatukuziddwa era balina obuyinza obuweera Katonda obujjulizi.

Namulondo ya Katonda nnungi nnyo, nnene nnyo, era y'amaanyi okusinga omuntu kyayinza okulowooza. Namulondo etali yalubeerera ey'okubeerako ku mikolo

Namulondo ya Katonda mu Yerusaalemi Empya kye kifo Katonda wajja n'ayogera eri abaana Be, n'abeera ku mbaga, era wafugira eggulu lyonna. Kye kimu ng'omukulembeze w'eggwanga bw'alina woofisi ze kyokka ng'alina n'ebifo ebirala mwabeerera ku mbaga ne mu nkiiko.

Edda, Kabaka bwe yavanga mu lubiri lwe okutambulako mu ggwanga n'okulambula ku bantu be, abakozi be baamuzimbiranga ekifo eky'efaanaanyirizanga olubiri kabaka okugira ng'abeeramu. Mu ngeri y'emu, Namulondo ya Katonda mu Yerusaalemi Empya si ye namulondo Katonda gyatera okubeerako, wabula yo agibeerako kiseera buseera. Essuula 9 ennyonnyola embaga ezikwatibwa mu Yerusaalemi Empya, ne namulondo ya Katonda mu bujjuvu.

Osobola okusoma ku kulabika kwa Katonda okujja okubeerawo ku mbaga esooka ejja okubeera mu Yerusaalemi Empya, bamalayika n'eggye ery'omu ggulu, ne bannabbi nga bayimiridde okumusinza. Ojja kusoma ne ku Katonda ng'atudde ku namulondo. Ku mukono ogwa ddyo ogwa namulondo ya Katonda we wali namulondo ya Mukama, era ku mukono ogwa kkono ku namulondo ya Katonda we wali namulondo y'Omwaoyo Omutukuvu.

### Namulondo ya Katonda endala etali ya lubeerera

Ebikolwa by'abatume 7:55-56 watubuulira nga Stefano bwe yalaba namulondo y'Omwana gw'endiga ku mukono ogwa ddyo ogwa namulondo ya Katonda:

Naye bwe yajjula Omwoyo Omutukuvu, (Stefano) n'akaliriza amaaso ge mu ggulu, n'alaba ekitiibwa kya Katonda, ne Yesu ng'ayimiridde ku mukono ogwa ddyo ogwa Katonda, n'agamba nti Laba, ntunuulidde eggulu nga libikkuse n'Omwana w'Omuntu ng'ayimiridde ku mukono ogwa ddyo ogwa Katonda."

Stefano yafuuka omujjulizi olw'okukubibwa amayinja bwe yali ng'abuulira Yesu Kristo n'obuvumu. Nga Stefano tannafa, amaaso ge ag'omwoyo gagguka n'abeera ng'asobola okulaba Mukama ng'ayimiridde ku mukono ogwa ddyo ogwa Namulondo ya Katonda. Mukama yali tayinza kusigala ng'atudde ng'amanyi nti Stefano agenda kufuuka omujjulizi essaawa yonna nga akubibwa abayudaaya amayinja abaali bawulirizza obubaka bwe. Bwatyo Mukama n'ayimirira okuva mu ntebe Ye n'akulukusa amaziga ng'alaba Stefano bamukuba amayinja ag'amutta, era Stefano yalaba embeera eno n'amaaso ge ag'Omwoyo agali gagguddwa.

Mu ngeri y'emu, Stefano yalaba namulondo ya Katonda, Katonda ne Mukama gye babeera, era olina okukizuula nti namulondo eno yanjawulo ku eyo omutume Yokaana gye yalaba mu Yerusaalemi Empya.

Namulondo ya Katonda Stefano gye yalaba kye kifo Katonda mwajja okubeera okutuuka olunaku olw'omusango, kyokka yo Yokaana gye yalaba kye kifo Katonda gyajja okubeera oluvanyuma lw'olunaku olw'omusango.

N'olwekyo, nga Katonda afuga eggulu lyonna, ng'atuukiriza enteekateeka Ye ey'okuteekateeka omuntu, era bwategeka n'olunaku olw'omusango, Ajja kugira ng'abeera mu kifo ekirala eky'enjawulo mu Yerusaalemi okutuuka ku lunaku olw'omusango. Mu kifo kino eky'enjawulo, Stefano kye yalaba, bajjajja b'okukkiriza abo abalina ebisaanyizo eby'okuyingira Yerusaalemi gye babeera n'okutuukiriza obwakabaka bwa Katonda wamu Naye.

Okutwaliza awamu, waliyo namulondo ya Katonda etali yankalakalira eyo Katonda gytuulamu mu Yerusaalemi Empya ngali ku mbaga, era nga waliyo ne namulondo endala etali yankalakalira.

### Namulondo ey'okusalirako Omusango

Ng'ogyeko ebyo, abantu batera okulowooza nti waliyo namulondo emu yokka eya Katonda, naye ekyo si bwe kiri. Waliyo namulondo endala ezitali zalubeerera ezikoleddwa okukola emirimu gya Katonda. Katutunuulire Okubikkulirwa 20:11-12:

Ne ndaba entebe ey'obwakabaka ennene enjeru, n'oyo eyali agituddeko, eggulu n'ensi ne bidduka mu maaso ge, era tebyazuulirwa na kifo. Ne ndaba abafu, abakulu n'abato nga bayimiridde mu maaso g'entebe, ebitabo ne bibikkulwa n'ekitabo ekirala ne kibikkulwa, kye ky'obulamu abafu ne basalirwa omusango mu ebyo ebyawandiikibwa mu bitabo ng'ebikolwa byabwe bwe byali.

Ekiseera bwe kinaatuuka, Katonda ajja kusala omusango okusinziira ku biwandiikiddwa mu bitabo ng'atudde ku "namulondo ennene enjeru." Abo abaana abalokoleddwa olw'okukkiriza bajja kufuna ebifo eby'okubeeramu ne mpeera eby'omu ggulu; abo abatalokoleddwa bajja kugwa mu nnyanja ey'omuliro oba mweyo ey'ekirungo eky'okya ekiyitibwa sulfur mu lungereza mu ggeyena okusinziira ku bubi bwe bakoze nga bali ku nsi.

Olwo, Katonda anaabeera wa mu kiseera ky'okusala omusango? Anabeera mu Yerusaalemi Empya? Nedda. Namulondo endala etali yalubeerera ejja kuteekebwateekebwa ebweru wa Yerusaalemi Empya. Kino kyannyonnyolebwa mu "emisomo ku kubikkulirwa."

Namulondo ya Katonda eri wakati mu Yerusaalemi Empya si yeeyo Katonda gyatera okubeera, wabula abeerawo kiseera ne ku namulondo endala nnyingi ezitali za lubeerera eziteekebwateekebwa okusinziira ku bwetaavu.

## 2. Ekifo Ekisingayo okuba Waggulu eky'ensi ey'Omwoyo

Olwo, wa, wennyini awali namulondo ya Katonda ey'olubeerera eyo Gyatera okubeera? Olubereberye, Katonda yali yekka mu nsi ng'ekitangaala ekijjude eddoboozi. Ekiseera bwe kyatuuka, N'eyeekolamu Obusatu era N'ategeka okuteekebwateekebwa kw'omuntu.

Bwe weekenneenya engeri ebintu bino gye byajja bitambulamu mu bujjuvu, ojja kusobola okulaba ekifo Katonda Yennyini mwe yeekolamu Obusatu ne namulondo ya Katonda eyo gyatera okubeera. Katutunuulire ebyo Katonda byambikkulidde ng'okuddamu eri essaala n'okusiiba kwanga nga njagala okutegeera ekigambo kya Katonda.

### Katonda yaliwo yekka ng'ekitangaala

Wakiri omulundi gumu mu bulamu bwabwe, abakkiriza abasinga bajja kwagala oba baali baagadde okumanya ku bikwata ku Katonda eyabaawo okuva olubereberye. Mu biriwoozo by'omuntu, buli kimu kibaako entandikwa n'enkomerero, kale abantu baba beewunya Katonda yali afaanana atya olubereberye.

Katonda yabeerangawo yekka, ng'amaamidde ensi yonna ng'ebiro tebinnabaawo (Okuva 3:14; Yokaana1:1; Okubikkulirwa 22:13). Ensi yali tefaanana nga bwetugiraba kati n'amaaso gaffe, lyali bbanga limu nga tewannabaawo kukutulwamu ensi ey'omwoyo ne gye tulabako. Katonda yaliwo ng'ekitangaala era nga kitangaala eri ensi yonna.

Teyali nga kimyanso bu myanso, naye gaalinga amataala agaaka obulungi ennyo nga galinga amazzi agakulukuta agalimu langi za musoke. Kino oyinza oku kitgeera obulungi bw'olowooza ku masanyalaze ag'obutonde agalabikira mu bbanga agayitibwa Aurora mu lungereza agatera okulabikira ku kifo ekiyitibwa north Pole, Aurora ono ayogerwako kiba kibinja kya langi ez'enjawulo ez'amataala ezibanga kateni, era kigambibwa nti kirabika bulungi nnyo ng'okirabyeko era buli akirabako tasobola kukyerabira olw'obulungi bwendabika yaakyo.

Olwo, ate amataala ga Katonda go ganaakoma wa obulungi –

11

kubanga ye kitangaala kyennyini, era tuyinza kwogera tutya ku kutekena okw'amataala amalungi ennyo agali awamu ?

Yensonga lwaki mu 1 Yokaana 1:5 wagamba, "Ne kino kye kigambo kye twawulira ekyava mu ye era kye tubuulira mmwe, nga Katonda gwe musana, so mu ye ekizikiza temuli." Ensonga lwaki bagamba kiri bwe kityo nti "Katonda gwe Musana" si kulaga makulu ga mwoyo gokka  nti Katonda talina kizikiza kyonna, wabula n'okunyonyola endabika ya Katonda eyabaawo ng'ekitangaala ng'ebiro tebinnabaawo.

Katondo ono Y'omu, eyabaawo mu nsi nga buli kimu tekinnabaawo ng'ekitangaala, yali ajjudde eddoboozi. Abamu bayinza okwewuunya ekitangaala kiba kitya ne ddoboozi, naye bw'olowooza ku mbuyaga eba ekunta nga "yeetooloola," osobola okubaako kino bwokitegeera.

Eddoboozi lya Katonda eyabaawo yekka ng'ekitangaala teririna weriva walala, wabula eddoboozi eriding'ana okuva ku nsibuko. Eddoboozi eryali liddingana mu Katonda lyatuukanga mu nsi yonna, ng'eddoboozi bweritambula ne mbuyaga. Eddoboozi lino lyali liwulikika bulungi nnyo, nga liwoomu, likakkamu, era nga lidding'ana okwetooloola mu nsi yonna. Omuntu yenna bwaba yali awulidde eddoboozi lya Katonda, tasobola kulyerabira kubanga liwulikika bulungi nnyo, liyonjo, era lyenkanya.

Bwetuba baakuligeraageranya ku ddoboozi lyo ku nsi kuno, liringa eddoboozi erikolebwa ng'eby'okwewunda ebya ddala era ebitangalijja ng'amayinja ag'omuwendo nga bikoonagana. Ku ssemazinga ayitibwa Antarctica, omuzira oguba gwe kutte ebitole ebinene bwe bimenyeka ne bikonagana bikola eddobozi eddungi ennyo. Kyokka, tetusobola kugeraageranya ago ne ddoboozi lya Katonda eryali lijjudde. Naye, nsuubira nti osobola okuwulira obulungi, okuwulikika obulungi ate n'amaanyi g'eddoboozi ery'olubereberye mu katono.

Katonda yabeerawo ng'ekitangaala ekijjudde eddoboozi, era eddoboozi lino kye "kigambo" Yokaana 1:1 kyayogerako: "Ku lubereberye waaliwo Kigambo, Kigambo n'aba awali Katonda, Kigambo n'aba Katonda."

### Katonda Yeekolamu Obusatu mu kifo ekisingirayo ddala Obuwanvu

Katonda yaliwo yekka olubereberye. Yali yeetoloddwa ekitangaala ekyaka ennyo ekijjudde eddoboozi eridding'ana muli. Olumu, Katonda yayagalanga omuntu gw'ayinza okugabana Naye kyawulira:

"Ddala kyandibadde kirungi okuba n'omuntu ayinza okutegeera omutima Gwange era ng'amaanyi buli kimu ekikwata ku nsi eno, era oyo gwe nyinza okugabana naye okwagala Kwange ne kyempulira!"

Katonda olubereberya yateekateeka okuteekateeka omuntu era n'ayawulamu ensi eyali ennene ennyo mu nsi ey'omwoyo n'ensi gyetulaba.

Olwo, naye yennyini ne yeekolamu Katonda Obusatu n'ekitangaala kye n'ekibeera awantu wamu awasingayo obuwanvu mu nsi ey'omwoyo. Katonda eyaliwo yekka kuntandikwa ng'ekitangaala ekirina eddoboozi yatandika okubaawo nga Katonda mu Busatu: Kitaffe, Omwana , n'Omwoyo Omutukuvu.

Katonda yatonda eggulu erisooka ffe abantu mwe tunaabeera, eggulu ery'okubiri eyo ebitonde eby'omwoyo n'eby'omubiri gye bibeera byombi, ne ggulu ery'okusatu nga ye nsi ey'omwoyo.

Muyimbire Katonda, mmwe amatwale g'ensi; Kale muyimbe okutendereza Mukama, Oyo eyeebagala ku ggulu eriri waggulu w'eggulu eryabaawo edda n'edda lyonna, Laba ayogera n'eddoboozi lye, lye ddoboozi ery'amaanyi (Zabbuli 68:32-33).

Laba Mukama Katondawo ye nnannyini ggulu n'aggulu erya waggulu, ensi era n'ebigirimu byonna, (Ekyamateeka olw'okubiri 10:14).

Ggwe Mukama, ggwe wekka, ggwe wakola eggulu, eggulu erya waggulu n'eggye lyalyo lyonna , ensi n'ebintu byonna ebiri okwo, ennyanja ne byonna ebiri omwo era ggwe obikuuma byonna; n'eggye ery'omu ggulu (Nekkemiya 9:6).

### Ekifo ekisingirayo ddala obuwanvu we kisangibwa

Nga Katonda amaze okwekolamu Obusatu, Yakola ekibuga Yerusaalemi Ekiggya n'obwakabaka obw'enjawulo obw'omu ggulu okwetooloola ekibuga kino. Ekifo ekisingirayo ddala obuwanvu eky'ensi ey'omwoyo eyo Katonda gye Yeekoleramu Obusatu olw'ekigendererwa ky'okuteekateeka omuntu kiri ku buwanvu ri 6,000 (nga kino kye kipimo ky'obuwanvu eky'edda eky'omu Korean; ri 1 yeenkana ne mita 400, oba yaadi 437) mu Yerusaalemi Empya mu ggulu ery'okusatu.

Tewali muntu yenna asobola kusemberera kifo kino ekisingayo obuwanvu eyo Katonda gye yeekoleramu Obusatu, era bakikuuma nnyo nti ne bamalayika tebasobola kugendayo. Ne Katonda Kitaffe taddangayo mu kifo ekyo okuva lwe yeekolamu Obusatu n'avaayo.

Oluvanyuma lw'emyaka 6,000 ng'okuteekateeka omuntu kuwedde, Obusatu bujja kuyingira mu kifo ekyo okuddamu okwegatta. Obusatu bujja kubanga bwegatta n'okweyawula, nga bwe bujjukira omulundi guli ogw'asooka Katonda lwe yeekolamu Obusatu.

Ekifo ekisingayo obuwanvu, ekiri ku buwanvu bwa ri 6,000 ekya Yerusaalemi Empya, kijjudde ekitiibwa kya Katonda kubanga wano ekitangaala eky'amaanyi eky'olubereberye wekyeyawuliramu. Era, olw'okuba ekitiibwa kya Katonda kino kyaka mu ggulu lyonna omuli ne Yerusaalemu Empya, teweetagayo musana oba omwezi okusobola okufuna ekitangaala. Ekibuga kya Yerusaalemi ekiggya kye kifo ekitangaala kya Katonda eky'asooka gye kisinga okwaka era wajjudde ekitiibwa kya Katonda.

### Katonda yakola eggulu n'ensi ey'omwoyo

Katonda Obusatu yasooka n'akola obwakabaka obw'omu ggulu ate oluvanyuma bamalayika abatabalika n'eggye ery'omu ggulu. N'anyumirwa okuba wamu n'abo, nga bwe bamutenda n'okumuddiza ekitiibwa okumala ebbanga eddene.

Yasinga nnyo okwagala naddala bamalayika abakulu abasatu abaweerezanga Katonda Obusatu basobole okuweereza Katonda era bagabane okwagala Naye nga bwe baagala. Wabula, Lusifa, omu ku bamalayika abakulu, n'atandika okukyusa endowooza ye. Yakozesa bubi omukisa Katonda gwe yali amuwadde ogw'okwegazanya Naye. Amalala n'okwemanya byatandika okukula mu mutima gwe era ekyavaamu n'asomooza Katonda.

Lusifa, eyali aweereza Katonda Kitaffe, yalimba agasolo aganene agakula ng'eminya agaali g'etooloola namulondo ya Katonda ne malayika ow'ebiwawaatiro gwe bagamba nti yeeyaweerezanga Katonda edda, ne bamalayika abamu abalala n'olukujukuju okuwakanya Katonda awamu naye. Kyokka, bino byonna byasoboka okubaawo kubanga Katonda yali akiganyizza mu kigendererwa Kye n'enteekateeka Ye, era lyali erimu ku ddaala eryali lyetaagisa okusobola okukuba ekkubo eri okuteekateeka kw'omuntu.

Abantu baalina okulaba ku kintu eky'enjawulo okuyita mu myoyo emibi okusobola okuyingira obwakabaka bwa Katonda ng'abaana ba Katonda abatuufu. Kino kinnyonyolwa mu bbujjuvu mu kitabo Obubaka bw'Omusalaba.

Katonda bwatyo n'agobera Lusifa n'abagoberezi be ebweru we ggulu ery'okusatu ne badda mu ggulu ery'okubiri era n'abakkiriza okubeera eyo mu buvanjuba bw'olusuku Adeni, era bwetyo ensi ey'emyoyo emibi n'eteekebwawo mu nteekateeka ya Katonda.

### Namulondo ya Katonda eyasookawo

Olwo Katonda Obusatu atera kubeera wa? Nga kabaka bwatera okubeera mu lubiri lwe ebiseera ebisinga, Katonda Obusatu naye alina ekifo wafunira okuwummula okw'omwoyo.

Mu kifo Katonda mwe yabeeranga ng'ekitangaala n'eddoboozi eridding'ana, waliwo ebifo eby'enjawulo ebya kitaffe, Omwana, N'omwoyo Omutukuu okubeerayo n'okuwummulamu buli omu. Mu kifo ekyo omuli namulondo ya Katonda ey'olubereberye mu bbanga ery'olubereberye, waliwo ekifo eky'okuwummuliramu, n'ebisenge eby'okunyumizaamu, n'amakubo ag'okutambulatambuliramu.

Abo ba malayika abatono ennyo ab'enjawulo n'abo abalina emitima egifaanana Katonda beebakkirizibwayo. Ekifo kino kyesudde ku birala, kya kyama, era wa mirembe nnyo. Era, ekifo kino omuli namulondo ya Katonda Obusatu kisangibwa mu bbanga Katonda mwe yabeera olubereberye, era nga kiri mu ggulu ery'okuna, nga kino kyawukana ku Yerusaalemi Empya mu ggulu ery'okusatu.

## 3. Omugole w'Omwana Gw'endiga

Ensonga lwaki Katonda yeekolamu Obusatu olubereberya kwe kuteekateeka abaana abatuufu abayinza okugabana okwagala okutuufu Naye mu Yerusaalemi Empya. Katonda Kitaffe yeewa emirimu Gye, ne Katonda Omwana n'amuwa egigye, n'Omwoyo Omutukuvu, n'atondawo ensi ey'omwoyo, era abadde ateekateeka abantu okumala ekiseera kiwanvu.

Katonda agaba Omwoyo Omutukuvu ng'ekirabo eri abo abakkiriza Yesu Kristo ng'omulokozi waabwe era n'abakulemberamu okuzaala omwoyo basobola okufuuka abaana ba Katonda, abo emitima gyabwe egifaanana ogwa Mukama. Bwe bajja gyali ng'abaana ba Katonda abatuufu, Abawa empeera ya Yerusaalemi Empya.

Katonda ayagala abantu bonna bamufaananye omutima era

bayingire Yerusaalemi Empya. Wabula, era n'abatatuuse ku ssa lino ery'okwetukuza y'abasasira okuyita mu kuteekebwateekebwa. Yagabanya obwakabaka obw'omu ggulu mu bifo eby'okubeeramu bingi okuva ku lusuku lwa Katonda okutuuka ku bwakabaka obusooka, Obw'okubiri, n'Obwokusatu obw'omu ggulu era N'awa abaana Be abatuufu empeera okusinziira ku kye bakoze.

Katonda agabira abaana Be abatuufu Yerusaalemi Empya abo abatuukiriza okutukuzibwa era ababadde abesigwa mu byonna mu nnyumba Ye. Azimbye Yerusaalemi Empya okujjukira Yerusaalemi, omusinji gw'enjiri, era ng'omukutu omupya okubeeramu buli kimu eky'okuba nti batuukiriza amateeka n'okwagala.

Tusobola okusoma mu kubikkulirwa 21:2 nti Katonda ategese Yerusaalemi Empya mu ngeri ennungi ennyo nti ekibuga kino kijjukiza Yokaana omugole anyiriziddwa obulungi era ng'awundiddwa okusisinkana omugole we omusajja:

> Ne ndaba ekibuga ekitukuvu, Yerusaalemi ekiggya, nga kikka okuva mu mu ggulu ewa Katonda, nga kitegekeddwa ng'omugole ayonjereddwa bba.

### Yerusaalemi kiringa omugole ayonjereddwa Bba

Matayo 25 atuleetera olugero olw'abawala abataano abagezigezi n'abawala abasirusiru abataano. Abawala emberera abataano abagezigezi abatereka amafuta gaabwe era ne bafuuka abagole ba Mukama, naye bali abalala abataano abasirusiru abataategeka mafuta gamala tebasobola kwaniriza mugole waabwe omulindwa.

Katonda ali mu kutegekera abagole ba Mukama ebifo

ebirungi ennyo eby'okubeeramu mu ggulu abo abali mu kwetegeka obulungi ennyo okufuna omugole omusajja ow'omwoyo Mukama Yesu nga bakomola emitima gyabwe. Ekifo ekisingayo obulungi mu bifo bino eby'okubeeramu olubeerera kye Kibuga kya Yerusaalemi ekiggya.

Yensonga lwaki mu Kubikkulirwa 21:9 w'ogera ku kibuga Yerusaalemi ekiggya, nga kino kye kisingirayo ddala okuba nga kitoneddwa olw'abagole ba Mukama nga,"Omugole omukazi,ow'Omwana gw'endiga."

Olwo obulungi bwa Yerusaalemi Empya bunaaba bwenkana wa okuva lwe kiri nti kye kirabo ekisingayo eky'abagole ba Mukama Katonda kwagala Yennyini kye yeetegekera? Abantu bajja kukwatibwako nnyo bwe banaayingira buli omu ennyumba ye, eyazimbibwa era n'eyooyootebwa okwagala kwa Katonda, mu bwegendereza, saako okulowooza ku buli kantu. Lwakuba Katonda akola buli nnyumba ng'etuukiridde nga nnyini yo bwagyagala.

### Okuweerezebwa n'okwanirizibwa nga mukazi w'omuntu

Omugole omukazi aweereza bba era n'amufunira aw'okuwummulira. Mu ngeri y'emu, ennyumba za Yerusaalemi Empya ziweereza era ne zaaniriza abagole ba Mukama. Ekifo kirungi nnyo era tewaliiyo kwerariikirira kintu kyonna era bwe batyo abantu bajjuzibwa essanyu n'okusanyuka.

Mu nsi eno, omukyala ne bwaweereza atya bba, tasobola kumuwa ddembe na ssanyu lituukiridde. Wabula, ennyumba z'omu Yerusaalemi Empya zisobola okuwa eddembe n'essanyu abantu lye batasobola kufuna mu nsi eno kubanga ennyumba ezo zaakolebwa okumatiza nnyini zo mu ngeri etuukiridde.

Ennyumba zizimbiddwa bulungi era nga nnene bulungi okusinziira ku kwagala kwa nnyini zo kubanga z'abo abantu abalina omutima ng'ogwa Katonda. Olowooza zinaaba zewunyisa kyenkana ki oba nga zakayakana kwenkana wa okuva lwe kiri nti Mukama ye kalabalaba w'okuzimba?

Bw'oba nga ddala okkiririza mu ggulu, ojja kuba musanyufu okulowooza obulowooza ku bungi bwa bamalayika ng'abazimba ennyumba ez'omu ggulu ne zaabu wamu n'ebyokwewunda nga bwe bagoberera etteeka lya Katonda oyo agabira buli muntu okusinziira ku buli omu kyakoze.

Weewunye onoosanyuka kyenkana wa n'okunyumirwa mu bulamu mu Yerusaalemi Empya, eyo ewali ennyumba ezikuweereza n'okukwaniriza ng'omukyala!

### Ennyumba z'omu Ggulu ziwundibwa okusinziira ku bikolwa by'omuntu

Ennyumba ez'omu ggulu z'atandika okuzimbibwa okuva Mukama lwe yazuukira n'agenda mu ggulu, era na kati zikyazimbibwa okusinziira ku bikolwa byaffe. N'olwekyo, okuzimbibwa kwe nnyumba z'abo obulamu bwabwe ku nsi kuno obwakoma z'aggwa; emisinji gikyasimibwa ne mpagi z'ennyumba ezimu gikyayambuka; so nga n'emirimu ku nnyumba endala ginaatera okuggwa.

Ennyumba z'omu ggulu ez'abakkiriza bonna bwe zinaggwa, Yesu atugamba mu Yokaana 14:2-3 nti ajja kudda ku nsi naye ku luno ajja kuba mu bbanga:

Mu nnyumba ya Kaitange mulimu ebifo bingi eby'okubeeramu, singa tekiri bwe kityo nandibbagambye kubanga ng'enda okubateekerateekera ekifo. Era oba nga ng'enda okubateekerateekera ekifo, ndikomawo nate ne mbatwala gye ndi nammwe mubeere eyo

Ebifo eby'okubeeramu olubeerera eby'abantu abalokole bisalibwawo ku lunaku olw'omusango ku namulondo ennene enjeru.
Nnyini nnyumba bwayingira ennyumba ye oluanyuma lw'ebifo eby'okubeeramu ne mpeera bimaze okusalibwawo okusinziira kukigera ky'okukkiriza kwa buli muntu, enyuma ate ejja kumasamasa yonna. Lwa nsonga nti nnyini nnyumba n'omuzimbi w'ennyumba bakwatagana bulungi nnyo bombi nnyini nnyumba bwayingira ennyumba ye nga bw'olaba omwami n'omukyala bwe bafuuka omubiri gumu.

Nga Yerusaalemi Ekiggya kijja kuba kijjudde ekitiibwa kya Katonda okuva lwe kiri nti we wali namulondo ya Katonda, era nga ne nnyumba nnyingi zizimbibwa okuba ez'abaana ba Katonda abatuufu abasobola okugabana okwagala okwa ddala Naye olubeerera.

## 4. Kimasamasa ng'ebyokwewunda ebimasamasa ate kyaka nga ejjinja ery'omuwendo eritangalijja

Bwe yakulemberwamu Omwoyo Omutukuvu, Omutume Yokaana yeewunya nnyo bwe yalaba ekibuga ekitukuvu ekya Yerusaalemi Ekiggya, era bwati bwe yasobola okwogera:

N'antwala mu Mwoyo ku lusozi olunene, oluwanvu, n'andaga ekibuga ekitukuvu Yerusaalemi nga kikka okuva mu ggulu ewa Katonda, nga krina ekitiibwa kya Katonda okumasamasa kwakyo ng'ejjinja ery'omuwendo omunngi ennyo, ng'ejjinja yasepi eritangalijja (Okubikkulirwa 21:10-11).

Abamu ku mmwe muyinza okuba mwali mugenzeeko mu bibuga eby'amaanyi nga mutambulira mu nnyonyi. Kubisaamu akafaananyi ku nnyonyi kwotambulira, bwe ba ng'ebadde waggulu mu bwengula ddala, n'etandika okukka wansi, okutuuka wemulaga. Osobola okujjukira obulungi bw'ekifo ekyo kye wali ogendamu eri amaaso go ng'obirabira mu kadirisa ko? Endabika y'ekifo gye kikoma okuba ekirungi naawe okukyegomba mu mutima gwo era bw'otyo n'otandika okwebaza Katonda n'okumuddiza ekitiibwa kuba Ye Mutonzi. Bwatyo, ne Yokaana bwa yaddiza Katonda ekitiibwa bwe yali atunuulira obulungi bwa Yerusaalemi Empya ngali waggulu ku lusozi oluwanvu bwe yali akulembeddwamu Omwoyo Omutukuvu.

### Mu Yerusaalemi Empya mujjudde okwagala kwa Katonda n'amaanyi

Yokaana yagamba bugambi nti "ekitiibwa kya Katonda" okunnyonnyola obulungi bwa Yerusaalemi Empya ekyo ekiwundiddwa ng'omugole. Bwe yali atunuulira ekibuga Yerusaalemi Ekiggya n'okutuukirira kwakyo mu bulungi n'obutuukirivu bwe kirina, Yokaana yagulumiza Katonda olw'okwagala Kwe n'amaanyi. Okuva mu Kuva 34:28, osobola okumanyaako ku kumasamasa kw'ekitangaala ky'ekitiibwa bwe kuli, ekyo ekiraga amaanyi ga Katonda.

Musa yaweebwa amateeka ekkumi ng'amaze okubeera ne Katonda okumala ennaku amakumi ana ku lusozi Sinayi. Bwe yakka wansi okuva ku lusozi, ekyenyi kye kyali kimasamasa n'ekitiibwa kya Katonda. Ekyenyi kye kyali kimasamasa nnyo nti Aloni n'abaana ba Yisalayiri batya okumusemberera. Musa yasobola okulaba ekitiibwa kya Katonda okuva omutima gwe bwe gwali gufaanana ogwa Katonda okutuuka ku ssa nti yali asobola n'okwogera ne Katonda nga mukwano gwe, kyokka ng'abalala baali tebayinza. Era olwa kino, Musa n'asiba ekitambaala ku kyenyi kye. Abantu b'omu Yisirayiri baali tebasola kutunula mu kyenyi kye, wadde baali tebatunuulira kitiibwa kya Katonda kyennyini.

Olwo ate yo Yerusalem Empya, eneeba eyaka kyenkana ki okuva lwe kiri nti waliyo okwagala kwa Katonda n'amaanyi, n'ekitiibwa Kye? Yensonga lwaki Yokaana yagamba bugambi, "okumasamasa kwakyo ng'ejjinja ery'omuwendo omunngi ennyo, ng'ejjinja yasepi eritangalijja."

Yerusaalemi Empya wajjudde ekitangaala ekyasooka ekiva ku kifo ekisingirayo ddala obuwanvu eyo Katonda gye yeefuuliramu Obusatu, n'ekitangaala eky'ekitiibwa ekiva ku namulondo ya Katonda. Ndowooza olaba obulungi Obwayasaamiriza Yokaana Omutume!

### Yerusaalemi Empya, kimasamasa n'ekitiibwa kya Katonda

Kitegeeza ki okugamba nti okwaka kwa Yerusaalemi Empya ekibuga ekyaka n'ekitiibwa kya Katonda kiringa "ejjinja ery'omuwendo omungi, ejjinja yesepi eritangalijja"? Waliwo ebika by'okwewunda bingi era birina amanya ganjawulo okusinziira ku kyebikolebwamu ne langi yaabyo. Okuyitibwa nti bya muwendo, buli jjinja lirina okuba nga lirina langi ennungi ennyo. N'olwekyo, ebigambo nti "ng'ejjinja ery'omuwendo omungi" kitegeeza kwekutuukirira kw'obulungi. Yokaana omutume yegeraageranya okwaka okulungi okw'ekibuga Yerusaalemi Empya ne jjinja ery'omuwendo abantu lye batwala ng'ery'omuwendo era nga ddungi.

Era, Yerusaalemi erina ennyumba ennene ennyo ate nga makula, era nga ziwundiddwa n'eby'okwewunda eby'omu ggulu ebyaka ennyo, era osobola okumanya nti amataala g'ekibuga ekyo gamasamasa nnyo era malungi ne bw'okirengerera e wala. Amataala aga Bbululu, ameeru agayakayakana ne langi ennyingi nga ziringa ezibutikidde Yerusaalemi Empya. Nga kinaaba kirabika bulungi nnyo okukikubako eriiso!

Okubikkulirwa 21:18 watugamba nti ekisenge kya Yerusaalemi Empya kikoleddwa mu yasepi. Okujjako yasepi w'oku nsi kuno atavaayo bulungi, Yasepi w'omu ggulu alina langi eya bbululu era abeera alabika bulungi nnyo ng'atangalijja bw'omutunuulira, obeera ng'atunula mu mazzi agatangaala obulungi. Kiba kibulako katono okulemererwa okunyonyola obulungi bwakyo, ne langi ne bintu by'okunsi kuno. Mpozi oyinza okukigeraageranya ku kitangaala ekyaka ekya bbululu, ekikubye ku mazzi agatangaala obulungi ku mayengo agatangaala obulungi. Era, engeri yokka gye tuyinza okwogera ku langi yaakyo nti yalangi etangalijja obulungi, eya bbululu, era enjeru. Bwatyo Yasepi alaga ekitiibwa n'okutangalijja kwa Katonda, era Katonda "mutuukirivu" atalinaako bbala lyonna, atangalijja era wa mazima.

Waliwo ebika bya kristooli bingi, era mu by'omu ggulu

kitegeeza obutaba na langi yonna, okutangalijja obulungi, era ejjinja eggumu ejjonjo ennyo era nga litangalijja nga amazzi amatukuvu bwe ttuku ttuku. Kristooli omuyonjo era atangalijja akozesebwa nnyo mu by'okuwunda okuva edda kubanga tegatangalijja kyokka n'okutangaala obulungi, wabula g'akuba n'ebimyanso ebyaka obulungi.

Kristooli, wadde tebamuseera nnyo, naye ayakayakana n'erangi za musoke. Era, Katonda atadde okwakayakana kw'ekitiibwa ku kristooli ow'omu ggulu n'amaanyi Ge, era tasobola kugeerageranyizibwa kw'oyo ow'okunsi kuno. Yokaana omutume agezaako okukulaga obulungi, obuyonjo, n'okwaka kwa Yerusaalemi Empya ne kristooli.

Ekibuga Ekitukuvu ekya Yerusaalemi Empya kijjudde ekitiibwa kya Katonda eky'ewunyisa. Olwo obunene, obulungi n'okumasamasa kw'ekibuga Yerusaalemi Binaaba byenkana wa okuva lwe kirii nti we wali namulondo ya Katonda n'ekifo ekisingayo obuwanvu mu ggulu eyo Katonda gye yeekoleramu Obusatu?

Bw'oba nga ddala osuubira obulamu mu kibuga ekikyamufu ekya Yerusaalemi Ekiggya, ojja kuba olina okuba omwesigwa mu buvunaanyizibwa bwo bwonna era osanyuse Katonda n'omutima ogutangalijja era omuyonjo ng'ejjinja erya Kristooli. N'olwekyo, Nsaba mu linnya lya Mukama waffe Yesu Kristo nti osobola okufuula omutima gwo omutukuvu, obeere omwesigwa mu byonna mu nnyumba ya Katonda, era weetegeke ng'omugole wa Mukama ayonjeddwa obulungi olwo obeere ng'olumu olisobola okufuna Yerusalem Empya.

# Essuula 2

## Amannya g'ebika ekkumi n'ebibiri n'abatume ekkumi n'ababiri

1. Bamalayika Kkumi n'ababiri Beebakuuma Ziwankaaki
2. Amannya g'ebika Ekkumi n'ebibiri eby'Abaana ba Isiraeri Agawandiikibwa ku Wankaaki Ekkumi n'ebbiri
3. Amannya g'Abatume Ekkumi na Babiri Agawandiikibwa ku Misingi Ekkumi n'ebiri

Okubikkulirwa 21:12-14
Nga kirina bbuggwe omunene omuwanvu, nga kirina emiryango kkumi n'ebiri, ne ku miryango bamalayika kkumi na babiri, n'amannya agawandiikiddwako, ge g'ebika ekkumi n'ebibiri eby'abaana ba Isiraeri, ebuvanjuba emiryango esatu, era obukiika obwa kkono emiryango esatu, era obukiika owa ddyo emiryango esatu, era ebugwanjuba emiryango esatu ne bbugwe w'ekibuga yalina emisingi kkumi n'ebiri, ne kubaako amannya kkumi n'abiri ag'abatume ekkumi n'ababiri ab'Omwanna gw'endiga.

Yerusaalemi Empya kyetoolooddwa bbuggwa amasamasa ennyo n'amataala agamasamasa. Buli muntu ajja kwasaamirira bwanaalaba ku bunene, okutekena, n'ekitiibwa kya bbuggwe ono.

Ekibuga kyakula nga bokisi erina enjuyi ez'enkanankana obulungi era kirina wankaaki ssatu ku buli luuyi: olw'ebuva njuba, bugwa njuba, bukiika ddyo, ne bukiika kkono. Zonna wamu ziri wankaaki kkumi n'abbiri era nga nnene ddala. Malayika omu ow'ekitiibwa y'akuuma ku buli wankaaki era amannya g'ebbika ekkumi n'ebibiri eby'abaana ba Isiraeri g'awandiikiddwa ku wankaaki zino.

Era okwetooloola bbuggwa wa Yerusaalemi Empya kuliko emisingi kkumi n'ebiri okutudde empagi kkumi n'abbiri era amannya g'abatume kkumi n'ababiri gawandiikiddwako. Buli kimu mu Yerusaalemi Empya kikoleddwa mu nnamba ey'e 12, ennamba eno ekitangaala, y'entandikwa yaayo. Kino kiyambako buli omu okwanguyirwa okutegeera amangu Yerusaalemi Empya nti kye kifo ky'abo abaana ab'ekitangaala abalina emitima egifaanana n'ogwa Katonda, Oyo ekitangaala kye nnyini.

Katutunuulire amakulu ag'omwoyo aga nnamba 12. Mu Yokaana 11:9 Yesu atugamba, "Essaawa ez'emisana si kkumi na bbiri? Omuntu bwatambula emisana teyeesittala kubanga alaba omusana ogw'ensi eno." Wano, "essaawa ekkumi n'ebbiri ez'emisana" mu by'omwoyo kitegeeza ekitangaala ekituukiridde omutali kizikiza yadde, era ekitangaala kitegeeza Katonda Oyo atuukiridde Ow'olubeerera oyo omutali kizikiza kisangibwa mu Ye.

N'olwekyo, 12 ye nnamba ey'emisana, ey'aka era ey'ekitangaala, ng'era eyimirirawo ku lw'okutuukirira n'obujjuvu. Katonda atwala ennamba 12 ng'ey'omuwendo ennyo era Yagikozesa ng'akabonero ak'omukisa ak'ekisuubizo okuva lw'eyimirirawo ku lw'obujjuvu n'okujja kw'ekitangaala

Katonda yatondawo, okuyita mu Yakobo, ebika ekkumi n'ebibiri eby'abaana ba Israel abakiikirira abantu bonna abalokole, yakkiriza enjiri okusaasaana wonna okuyita mu batume ekkumi n'ababiri, era n'akola wankaaki ekkumi ne bbiri n'emisingi ekkumi n'ebiri mu Yerusaalemi Empya. Katonda yalaga okwagala Kwe n'obugabirizi okuyita mu nnamba 12 mu ngeri eno.

Katutunuulire ensonga lwaki bamalayika ekkumi n'ababiri bakuuma wankaaki ekkumi n'ebbiri eza Yerusaalemi Empya n'amannya ag'ebika ekkumi n'ebibiri n'abayigirizwa ekkumi n'ababiri abawandiikiddwa ku kibuga ekitukuvu.

## 1. Bamalayika kkumi n'ababiri beebakuuma wankaaki

Edda, abasirikale bangi oba abakuumi beebaakuumanga enyumba amakula bakabaka n'abakungu baabwe mwe baasuulanga. Kino kyakolebwanga okusobola okukuuma ebizimbe ebyo eri abalabe n'abalala bonna abatayitiddwa. Kyokka kino si bwe kiri ku bamalayika ekkumi n'ababiri abaakuuma wankaaki za Yerusaalemi Empya kubanga teri n'omu ayinza kuyingirayo nga takkiriziddwa kubanga ekibuga ekyo mwe muli namulondo ya Katonda. Olwo lwaki we baali?

### Okulaga obugagga, obuyinza, n'ekitiibwa

Ekibuga Yerusaalemi Ekiggya kinene nnyo, era kirabika bulungi nnyo okusukuluma ne ku kyolowooza. Ekibuga ekinene ekiyitibwa Forbidden City eky'omu nsi ye China omwo bakabaka mwe baabeeranga kiringa nnyumba buyumba ey'omuntu omu mu Yerusaalemi Empya. N'obunene bw'ekisenge ekinene eky'omu nsi ya China, ng'ate kino kye kimu ku byewuunyo ebyakolebwa edda, tekisobola kugeraageranyizibwa ku kibuga kya Yerusaalemi Ekiggya.

Ensonga esooka lwaki waliyo bamalayika kkumi n'ababiri abakuuma wankaaki, kabonero akalaga obugagga n'ekitiibwa, n'obuyinza. N'olwaleero, abantu ab'amaanyi era abagagga balina abakuumi abakuuma amaka gaabwe, era kino kiraga obugagga n'obuyinza bwa nannyini kifo ekyo ekikuumwa.

N'olwekyo, kyeraga lwattu nti bamalayika abali ku ddaala ery'a waggulu beebakuuma zi wankaaki z'ekibuga kya Yerusaalemi Ekiggya eyo awabeera namulondo ya Katonda. Omuntu ayinza okuwulira obuyinza bwa Katonda n'abatuuze b'omu Yerusaalemi Empya ng'atunudde butunuzi ku bamalayika ekkumi n'ababiri, abo okubeerawo kwabwe kw'ongera obulungi n'ekitiibwa ku kibuga Yerusaalemi Empya kye nnyini.

### Okukuuma abaana ba Katonda abaamusanyusa ennyo

Olwo, nsonga ki ey'okubiri ekuumisa ba malayika ekkumi n'ababiri ku wankaaki za Yerusaalemi Empya? Abaebbulaniya1:14 wabuuza, "Bonna si gy'emyoyo egiweereza nga gitumibwa okuweereza olw'abo abagenda okusikira obulokozi?" Katonda akuuma abaana Be ababeera ku nsi kuno n'eriiso lye egyoji ne bamalayika baasindika. N'olwekyo, abo abatambulira mu kigambo kya Katonda tebajja kwesitazibwa Sitaani wabula bajja kukuumibwa eri ebigezo, emitawaana, ebigwa bitalaze ebivudde ku bantu n'eku butonde, endwadde, n'obubenje.

Era, waliwo bamalayika bayitirivu mu ggulu abakola omulimu gwabwe okusinziira ku kye balagidwa Katonda. Mu bbo mwe muli ne bamalayika abatunula ne bawandiika, era n'ebatwala amawulire eri Katonda buli muntu kyakoze wadde omuntu oyo mukkiriza oba tali. Ku lunaku olw'omusango, Katonda ajja kujjukira n'ekigambo ekimu ekyayogerwa buli kinnoomu, era n'agaba empeera okusinziira ku muntu kyakoze.

Mu ngeri y'emu, bamalayika bonna myoyo Katonda gy'afuga, era kyeraga lwatu nti bakuuma era ne balabirira abaana ba Katonda ne mu ggulu. Mu ggulu tejja kuba bubenje oba agazibu olw'okuba teri kizikiza eky'omulabe sitaani, naye kibakakatikako bbo okuweereza bakama baabwe. Obuvunaanyizibwa buno tebukakibwa muntu yenna wabula bukolebwa kyeyagalire okusinziira ku ntambuza y'ebintu n'obukakkamu obuli mu nsi ey'omwoyo: bwe buvunaanyizbwa obw'obutonde obuweebwa bamalayika.

### Okukuuma eddembe mu Yerusaalemi Empya

Olwo, ensonga ey'okusatu eya bamalayika ekkumi n'ababiri okukuuma wankaaki za Yerusaalemi Empya y'eriwa

Eggulu y'ensi ey'omwoyo etuukiridde awatali minyaafa gyonna, era eddukanyizibwa ku nkola ennungi ennyo. Teri bukyayi, kuyomba, oba okuboggola wabula eddukanyizibwa n'okulabirirwa ku mateeka ga Katonda gokka. Empeera n'obuyinza bigabibwa mu bwenkanya bwa Katonda, oyo agaba okusinziira ku bikolwa bya buli muntu, era buli kimu kyesigamizibwa ku nkola eyo. Wano ekigambo "obuyinza" tekitegeeza eddaala omuntu lyayinza okwewaanirako oba okwemanya, naye g'aba amaanyi ag'omwoyo agaweebwa omuntu okulaga okwagala, obwesigwa eri banne ng'abaana ba Katonda.

Ennyumba bwe yawukana yo yokka ennyumba eyo teriyinza kuyimirira. Mu ngeri y'emu, n'ensi ya sitaani nayo teyeekutulamu wabula babaako enkola gye bagoberera (Makko 3:22-26). Olwo obwakabaka obw'omu ggulu ate bwo buli nnywezebwa kyenkana ki n'okutambuzibwa mu ngeri ennungi?

Okugeza, embaga ezikolebwa mu Yerusaalemi Empya zitambuzibwa mu nkola ennungi ennyo. Emyoyo egyalokolebwa egy'omu bwakabaka obw'okusatu, n'obw'okubiri ne mu busooka saako olusuku lwa Katonda gijja kuyingira Yerusaalemi Empya nga giyitiddwa, okusinziira ku nkola ey'omwoyo. Eyo, bajja kusanyusizaayo Katonda era bagabane essanyu wamu n'abatuuze b'omu Yerusaalemi Empya.

Singa emyoyo egyalokolebwa mu Lusuku lwa Katonda, mu bwakabaka obusooka, Obw'okubiri, n'obw'okusatu gyali giyingira nga bwe gyagala mu Yerusaalemi Empya, olwo kiki ekyandibaddewo? Olaba omuwendo gw'ekintu ekisingayo obulungi n'ebbeeyi bwe wayitawo ekiseera nga tekirabiriddwa bulungi guggwerera, singa enkola ennungi tekuumibwa mu Yerusaalemi Empya, Obulungi bwayo bwandibadde teukuumibwa bulungi.

N'olwekyo, okuba n'enkola ennungi era ey'emirembe mu Yerusaalemi Empya, waliwo obwetaavu bwa wankaaki ekkumi n'ebbiri ne bamalayika okukuuma ku wankaaki ezo. Abo abakkiriza ab'omu bwakabaka obw'okusatu obw'omu ggulu n'okudda wansi tebasobola kumala gayingira Yerusaalemi Empya nga bwe baagala ne bwe wandibadde tewali malayika yenna akuumawo olw'enjawulo mu kitiibwa. Bamalayika bafuba okulaba nti enkola ennungi ekuumibwa bulungi.

## 2. Amannya g'ebika ekkumi n'ebibiri eby'abaana ba Iseraeri agawandiikibwa ku wankaaki ekkumi n'ebbiri

Olwo, nsonga ki eyawandiisa amannya g'ebika ekkumi n'ebibiri eby'abaana ba Iseraeri ku wankaaki za Yerusaalemi Empya? Mu nsi muno, okujjukira okuggwa n'okuwa obubaka obw'omugaso obukwata ku kizimbe, abantu batera okuteekawo ejjinja okuli ebigambo oba ekijjukizo mu maaso oba okumpi n'ekizimbe. Mu ngeri y'emu, amannya ag'ebika ekkumi n'ebibiri eby'abaana ba Iseraeri kabonero akalaga nti wankaaki ekkumi n'ebbiri eza Yerusaalemi Empya z'atandika n'ebika ekkumi n'ebibiri eby'abaana ba Israeri.

### Ebyafaayo by'okukola wankaaki ekkumi n'ebbiri

Adamu ne Kaawa, abaagobebwa mu Lusuku Adeni olw'ekibi kyabwe eky'obujeemu emyaka nga 6,000 emabega, baazaala abaana bangi bwe baali babeera ku nsi kuno. Ensi bwe yajjula ebibi, buli omu okujjako Noowa n'abamaka ge, nga yeeyali omusajja omutuukirivu yekka mu bantu bonna ab'omu biro bye, baabonyabonyezebwa n'ebasaanyizibwaawo amataba.

Emyaka nga 4,000 emabega Ibulayimu n'azaalibwa, era ekiseera bwe kyatuuka, Katonda n'amuteekawo nga jjajja w'okukkiriza era n'amuwa omukisa mu bungi. Katonda yasuubiza Ibulayimu mu Lubereberya 22:17-18.

Okukuwa omukisa naakuwanga omukisa, n'okwongera naakwongerangako ezzadde lyo ng'emmunyeenye ez'omu ggulu, ng'omusenyu oguli ku ttale ly'enyanja era ezzadde lyo barirya omulyango ogw'abalabe baabwe, era muzadde lyo amawanga gonna ag'omu nsi mwe galiweerwa omukisa kubanga owulidde eddoboozi lyange

Katonda oyo omwesigwa yateekawo Yakobo, muzukulu wa Ibulayimu, ng'omutandisi wa Iseraeri, era n'akola omusingi okukola eggwanga n'ebatabani be ekkumi n'ababiri. Ate emyaka nga 2,000 egiyise, Katonda n'asindika Yesu nga yava mu kika kya Yuda era ng'ono yeeyaggulawo ekkubo ery'obulokozi eri abantu bonna.

Mu ngeri eno, Katonda abantu ba Iseraeri yabakolamu ebika kkumi n'abibiri okutuukiriza omukisa gwe yali awadde Ibulayimu. Era, kino okukijjukiranga Katonda yateekawo ekijjukizo kya wankaaki ekkumi n'ebbiri eza Yerusaalemi Empya era n'aziwandiikako amannya g'ebika ekkumi n'ebibiri eby'abaana ba Iseraeri.

Kati, katwongere okwekenneenya Yakobo, jjajja wa Iseraeri, n'ebika ekkumi n'ebibiri.

### Yakobo Jjajja wa Israeri n'abaana be ekkumi n'ababiri

Yakobo, muzukulu wa Ibulayimu era mutabani wa Isaaka, yatwala omukisa gw'obusika okuva ku mukulu we Esau mu ngeri ey'olukujukujju era bwatyo yalina okudduka ku muganda we n'addukira eri kojja we Labbaani. Mu myaka gye abiri gye yamala ewa kojja we Labbaani, Katonda yatereeza Yakobo okutuusa lwe yafuuka jjajja w'abaana ba Isreari.

Olubereberye 29:21 n'okweyongerayo wannyonyola mu bujjuvu abakazi Yakobo beyawasa n'engeri gye yazaalamu batabani be ekkumi n'ababiri. Yakobo yayagala nnyo Lakeeri era n'asuubiza okuweereza Labbaani okumala emyaka musanvu asobole okumuwasa, naye Labbaani n'amulimba era bwatyo kwe kuwasa Leeya, muganda wa Lakeeri. Yalina okweyama okuweereza Labbaani emyaka emirala omusanvu okumuwasa. Oluvanyuma Yakobo yawasa Lakeeri era yayagala nnyo Lakeeri okusinga Leeya.

Okusaasira kwa Katonda n'ekuba ku Leeya, eyali yakyayibwa

n'asumulula olubuto lwe. Leeya n'azaala Lewubeeni, Simyoni, Leevi, and Yuda. Lakeeri eyali omuganzi wa Yakobo, naye nga mugumba okumala akiseera. N'akwatibwa Leeya muganda we obuggya era n'awaayo omuzaana we Bbiira eri bba ng'omukyala. Bbiira n'azaala Ddaani ne Nafutaali. Leeya yali takyasobola kuzaala, n'awaayo omuzaana we Zirupa eri bba ng'omukyala, era Zirupa n'azaala Gaadi ne Aseri.

Oluvanyuma, Leeya n'akola endagaano ne Lakeeri ey'okusula ne Yakobo ng'amuwa amadudayini ga mutabani we Lewubeeni. Bwatyo n'azaala Isakaali ne Zebbulooni, n'omuwala Dina. Katonda n'ajjukira Lakeeri n'aggula olubuto lwe, era n'azaala omwana Yusufu. Oluvanyuma lw'okuzaala Yusufu, Yakobo n'alagirwa Katonda okusala omugga yaboki addeyo ewaabwe ne bakyala be ababiri, n'abazaana n'ebatabani be ekkumi n'omu.

Yakobo n'ayita mu kugezesebwa kungi ng'ali ewa kojja we Labbaani okumala emyaka amakumi abiri. Oluvanyuma yeetowaaza n'asaba okutuuka embalakaso ye bwe yeeleega ku mugga Yaboki, ng'agenda eri ekibuga kye waabwe. Bwatyo n'afuna erinnya eppya "Israeri" (Olubereberye 32:28). Era yadding'ana ne muganda we Esawu era n'abeera mu nsi ye Kanani. Yafuna omukisa ogw'okufuuka jjajja wa Israeri era n'afuna n'omwana we asembayo mu Lakeeri.

### Ebika ekkumi n'ebibiri eby'abaana ba Israeri, abaana ba Katonda abalonde

Yusufu, omwana wa Isreali gwe yali asinga okwagala mu baana bonna ekkumi n'ababiri, yatundibwa baganda be abaali bajjudde obujja mu Misiri ng'alina emyaka kumi na musanvu. Wabula olw'enteekateeka ya Katonda, bwe yaweza emyaka amakumi asatu Yusufu yafuuka katikkiro wa Misiri. Olw'okuba Yamanya nti mu nsi ya Kanini mujja kubaamu enjala ani amuwadde akatebe, Katonda yasindika Yusufu mu Misiri okusooka, olwo n'akkiriza ab'ewaabwe bonna okugenda ba mwegatteko mu Misiri basobola okweyongerako bafuuke bangi abasobola okuvaamu eggwanga eddamba.

Mu Lubereberya 49:3-28, Israeri awa abaana be ekkumi n'ababiri omukisa nga tannassa muka gwe gusembayo, era by'ebika by'abaana ba Israeri ekkumi n'ebibiri:

"Lewubeeni, ggwe oli mubereberye wange ;
Buyinza bwange era amaanyi gange mwe gasookera (olu. 3)...
Simyoni ne Leevi ba luganda;
Ebitala byabwe bya kulwanyisa bya maanyi(olu. 5)...
Yuda, gwe baganda bo banaakutenderezanga (olu. 8)...
Zebbulooni anaatuulanga ku ttale lye nnyanja (olu. 13)...
Isakaali ye ndogoyi eri amaanyi, egalamira awali
ebisibo by'endiga (olu. 14)...
Ddaani anaasaliranga abantu be emisango,
Ye nga kye kika mu bika bya Israeri (olu. 16)...
Gaadi, ekibiina kirimunyigiriza,
Naye, alinyigiriza ekisinziiro kyabwe (olu. 19)...
Ate ye Aseri ,emmere ye eneebanga ngimu (olu. 20)...
Nafutaali ye mpeewo esumuluddwa,
Ayogera ebigambo ebirungi (olu. 21)...
Yusufu lye ttabi eribala ennyo,
Ettabi eribala ennyo awali oluzzi (olu. 22)...
Benyamini gwe musege ogunyaga (olu. 27)..."

Bano bonna by'ebika ekkumi n'ebibiri eby'abaana ba Israeri, era bino kitaabwe bye yabagambanga bwe yali abawa omukisa, nga buli omu amuwa omukisa ogumusaanira. Emikisa gyali gya njawulo kubanga buli mwana (ekika) yali wanjawulo mu nkula ye, eneeyisa, ebikolwa, n'embala.

Okuyita mu Musa, Katonda yawa abaana ba Israeri amateeka ab'ebika ekkumi n'ebibiri abali bavudde mu Misiri, era n'atandika okubakulembera eri ensi ye Kanani, eyali ejjudde amata n'omubisi. Mu Ekyamateeka olw'okubiri 33:5-25, tulaba Musa ng'awa abaana ba Israeri omukisa nga tannafa.

"Lewubeeni abenga omulamu, alemenga okufa,
Naye abasajja be babenga batono (olu. 6) ...
Wulira Mukama, eddoboozi lya Yuda,
Omuyingize eri abantu be (olu. 7) ...
Ne ku Leevi n'ayogera nti,
"Sumimu wo ne Ulimu wo biri n'omusajja wo atya
Katonda Gwe wakemera e Masa
" (olu. 8) ...
Ku Benyamini n'ayogera nti,
"Omwagalwa wa Mukama anaatuulanga mirembe awali ye,
Amubikkako okuzibya obudde (olu. 12) ...
Ne ku Yusufu n'ayogera nti,
"Ensi ye eweebwe Mukama omukisa, Olw'ebyomuwendo eby'omu ggulu, olw'omusulo, n'olwennyanja egalamira wansi" (olu. 13) ...
Era bwe bukuumi bwe Efulayimu,
Era ze nkumi za Manase (olu. 17) ...
Ne ku Zebbulooni n'ayogera nti,
"Sanyuka Zebbulooni, mu kufuluma kwo,
Naawe, Isakaali, mu weema zo" (olu. 18) ...
Ne ku Gaadi N'ayogera nti,

"Aweebwa omukisa oyo agaziya Gaadi" (olu. 20) ...
Ne ku Ddaani n'ayogera nti,
"Ddaani mwana wa Mpologoma,
Abuuka okuva mu Basani" (olu. 22) ...
Ne ku Nafutaali, n'ayogera nti,
"Ggwe Nafutaali, akkuse obuganzi,
Anyiye omukisa gwa MUKAMA"
(olu. 23) ...
Aseri aweebwe omukisa gw'abaana;
Asiimibwa baganda be (olu. 24) ..."

Leevi, mu baana ba Israeri ekkumi n'ababiri, yagibwamu okuva mu bika ekkumi n'ebibiri basobole okufuuka ba kabona era babeera ba Katonda. Era, abaana ba Yusufu ababiri Manasi ne Efulayimu beebavaamu ebika ebibiri ebyadda mu kifo ky'abaleevi

### Amannya g'ebika ekkumi n'ebibiri

Olwo, tusobola tutya ffe, abatali ba memba b'ebika ekkumi n'ebibiri eby'abaana ba Israeri oba ffe abataavu na mu Ibulayimu butereevu, okolokolebwa era ne tuyita mu wankaaki ekkumi n'ebbiri ezo okuwandiikiddwa amannya g'ebika ekkumi n'ebibiri? Eky'okuddamu tuyinza ku kisanga mu kitabo ky'okubikkulirwa 7:4-8:

Ne mpulira omuwendo gwabwe abaateekebwako akabonero, baali kasiriivu mu obukumi buna mu enkumi nnya, abaateekebwako akabonero mu buli kika ky'abaana ba Isiraeri. Ab'omu kika kya Yuda baateekebwako akabonero kakumi mu enkumi bbiri, Ab'omu kika kya Lewubeeni kakumi mu enkumi bbiri, ab'omu kika kya gaadi kakumi mu enkumi bbiri, ab'omu kika kya Aseri kakumi mu enkumi bbiri, ab'omu kika kya Nafutaali kakumi mu enkumi bbiri, Ab'omukika kya Manaase kakumi mu enkumi biri, ab'omu kika kya simyoni kakumi mu enkumi bbiri, ab'omu kika kya Leevi kakumi mu enkumi bbiri, ab'omu kika kya Isakaali kakumi mu enkumi bbiri, Ab'omu kika kya zebbulooni kakumi mu enkumi bbiri, ab'omu kika kya Yusufu kakumi mu enkumi bbiri, ab'omukika kya Benyamini abaateekebwako akabonero ka kumi mu enkumi biri.

Mu ssuula zino, erinnya ly'ekika kya Yuda lye lisooka erinnya ly'ekika kya Lewubeeni n'eriddako ekitali ku bitabo biralala nga eky'olubereberye n'ekyamateeka olw'okubiri. Era ne linnya ly'ekika kya Ddaani ligiddwamu ate erya Manasse n'erigattibwamu .

Ky'ogera ku kibi eky'amaanyi abo ab'omu kika kya Ddaani kye baakola mu 1 Bassekabaka 12:28-31.

Awo Kabaka n'alyoka ateesa ebigambo, n'akola ennyana bbiri za zaabu, n'abagamba nti kinaabalemanga okwambuka e Yerusaalemi, laba ba Katonda, ai Iseraeri abaakuggya mu nsi y'e Misiri. N'ateeka emu ku beseri ne ginaayo naagiteeka mu Ddaani, N'ekigambo ekyo n'ekiba ekibi kubanga abantu baagenda okusinza mu maaso g'emu nga bagenda e Ddaani, n'azimba ennyumba ez'ebifo ebigulumivu n'assaawo bakabona ng'abaggya mu bantu bonna abataali ba ku baana Leevi.

Yekobowaamu, nga yeeyafuuka kabaka asooka mu bwakabaka bwa Isreari obw'ekyengulu, yalowooza nti abantu bwe banaagenda mu maaso okuwaayo ebiweebwayo byabwe eri Yeekalu ya MUKAMA mu Yerusaalemi, bajja kusigala nga Mukama waabwe bamujjukira n'okussa ekitiibwa mu Lekobowaamu kabaka we Yuda. Kabaka n'akola ennyana bbiri, emu n'agiteeka ku Beseri, n'andala mu Ddaani. N'agaana abantu okwambuka e Yerusaalemi okuwaayo ssadaaka eri Katonda era n'abasendasenda baabitwalenga e Beseri ne Ddaani.

Ekika kya Ddaani kyakola ekibi ky'okusinza ekifaananyi era n'afuula abantu aba bulijjo bakabona ba Katonda wadde nga baali tebakkirizibwa okujjako abo abava mu kika kya Leevi kyokka. Era n'ebassaawo embaga mu mwezi ogw'omunaana ku lunaku olw'ekkumi n'ettaano okufaanana embaga eri mu Yuda. Ebibi bino byonna tebyasobola kusonyiyibwa Katonda era bwatyo N'abeegana.

Nolwekyo, erinnya ly'ekika kya Ddaani kye lyava ligibwamu erya Manase n'eritwala ekifo kyalyo. Eky'erinnya ly'ekika kya Manase okugattibwako kyaweebwako obunnabbi mu Lubereberye 48:5. Yakobo n'agamba mutabani we Yusufu nti:

Ne kaakano abaana bo abasajja bombi abaakuzaalirwa mu nsi ye Misiri nga sinnakujjira mu Misiri, bange Efulayimu ne Manase banaabanga bange nga Lewubeeni ne Simyoni.

Yakobo, taata wa Israeri yali Manase ne Efulayimu nga yabassaako dda envumbo nga ababe. N'olwekyo, mu kitabo ky'okubikkulirwa eky'endagaano Empya, kizuulibwa nti erinnya lya Manase lye liwandiikiddwa mu kifo kye lya Ddaani.

Eky'okuba nti erinnya ly'ekika kya Manase lye liwandiikiddwa mu bika ekkumi n'ebibiri eby'abaana ba Israeri mu ngeri eno, wadde teyali omu ku bakulembeze ekkumi n'ababiri aba Israeri kiraga nti Abamawanga bajja kutwala ekifo ky'aba Israeri balokolebwe.

Katonda yateekawo omusingi gw'eggwanga okuyita mu bika

ekkumi n'ebibiri eby'abaana ba Israeri. Emyaka nga enkumi bbiri egiyise, Yaggulawo ekkubo ly'okwenaazaako ebibi byaffe okuyita mu musaayi gwa Yesu Kristo Ogw'omuwendo ogw'ayiika ku musalaba era n'aganya buli omu okufuna obulokozi okuyita mu kukkiriza.

Abantu ba Katonda abalonde aba Israeri, abaava mu bika ekkumi n'ebibiri era n'abayita "Abantu bange," naye olw'okuba baagwa olw'obutakola ebyo Katonda by'agala, enjiri n'edda eri abamawanga.

Abamawanga, ekibala eky'omu nsiko ekyali tekiroongoseddwa, baze mu kifo ky'abaana ba Katonda aba Israeri abaali balongooseddwa. Ye nsonga lwaki omutume Paulo yagamba mu Baruumi 2:28-29 nti "Kubanga Omuyudaaya ow'okungulu si ye Muyudaaya. So n'okukomolebwa kw'omubiri okw'okungulu si kwe kukomolebwa, naye omuyudaaya ow'omunda ye Muyudaaya n'okukomolebwa kwe kw'omutima mu mwoyo, si mu nnukuta, atatenderezebwa bantu, wabula Katonda."

Mu bufunze, Abamawanga badda mu kifo ky'abaana ba Israeri okutuukiriza ekigendererwa kya Katonda, nga ekika kya Ddaani kigibwaawo n'ekika kya Manase n'ekiddawo. N'olwekyo, n'Abamawanga basobola okuyingira Yerusaalemi Empya okuyita mu wankaaki ekkumi n'ebbiri kasita babeera n'ebisaanyizo ebituufu eby'okukkiriza.

N'olwekyo, si abo bokka ab'agwa mu bika ekkumi n'ebibiri eby'abaana ba Israeri nti be bajja okusikira obwakabaka bwa Katonda, wabula n'abo abafuuka bazukulu ba Ibulayimu mu kukkiriza n'abo bajja kufuna obulokozi, Katonda takyabayita nti "Bamawanga" wabula abayita ba memba b'ebika ekkumi n'ebibiri. Amawanga gonna gajja kulokolebwa okuyita mu wankaaki ekkumi n'ebiri, era nga buno bwe butuukirivu bwa Katonda.

Ate era, ne "ebika ekkumi n'ebibiri" ebya Israeri mu by'omwoyo kitegeeza abaana ba Katonda bonna abalokoleddwa olw'okukkiriza, era Katonda awandiise amannya g'ebika ekkumi n'ebibiri ku wankaaki ekkumi n'ebbiri eza Yerusaalemi Empya nga akabonero ka bino byonna.

Wabula, nga buli nsi n'ebifo eby'enjawulo bwe byawukana mu mbala yaabyo, n'ekitiibwa kya buli kika ku bika ekkumi n'ebibiri ne wankaaki ekkumi n'ebbiri n'abyo by'awunkana mu ggulu.

## 3. Amannya g'abatume ekkumi n'ababiri ag'awandiikiddwa ku misingi ekkumi n'ebiri

Olwo, Nsonga ki eyateesa amannya ekkumi n'abiri agabatume ku misingi ekkumi n'ebiri egya Yerusaalemi Empya?

Okuzimba ekizimbe, wateekwa okubaawo omusingi omw'okusimba empagi. Kyangu nnyo okumanya obunene bw'ekizimbe ng'otunudde butunuzi ku bunene bw'omusingi. Emisingi giba mikulu nnyo kubanga girina okuwanirira obuzito bw'ekizimbe kyonna.

Mu ngeri y'emu, emisingi ekkumi n'ebiri gyasimibwa okusobola okuzimbako ebisenge bya Yerusaalemi Empya n'empagi ekkumi n'ebbiri, nga wakati waazo waliwo wankaaki kkumi na bbiri. Olwo wankaaki ekkumi n'ebbiri kwe kukolebwa. Obunene bw'emisingi gino ekkumi n'ebiri saako empagi binene nnyo kyotasobola kukkiriza, era nga kino tugenda kwongera okukitunuulira mu ssuula eddako.

**Emisingi ekkumi n'ebiri, gya mugaso nnyo okusinga wankaaki ekkumi n'ebbiri**

Buli kisiikiriza kibaako ekintu oba omuntu. Mu ngeri y'emu, Endagaano enkadde kye kisiikirize ky'endagaano Empya kubanga Endagaano enkadde yayogeranga ku Yesu eyali ow'okujja ku nsi kuno ng'omulokozi, Era Endagaano Empya ewandiika ku buweereza bwa Yesu oyo eyajja ku nsi kuno, n'atuukiriza obunnabbi bwonna, era n'aggulawo bulungi ekkubo ery'obulokozi (Abaebulaniya 10:1).

Katonda, eyateekawo omusingi gw'eggwanga okuyita mu bika ekkumi n'ebibiri eby'abaana ba Israeri era n'ayisa amateeka okuyita mu Musa, yasomesa abatume ekkumi n'ababiri okuyita mu Yesu eyatuukiriza Amateeka n'okwagala era n'abafuula abajjulizi ba Mukama okutuuka ku nkomerero y'ensi. Mu ngeri y'emu, abatume ekkumi n'ababiri bazira abakifuula ekisoboka okutuukiriza amateeka g'Endagaano Enkadde era n'azimba ekibuga kya Yerusaalemi Empya, nga tekikola nga kisiikirize wabula essence.

N'olwekyo, emisingi ekkumi n'ebiri egya Yerusaalemi Empya gye gisinga omugaso okusinga wankaaki ekkumi n'ebiri, era omulimu gw'abatume ekkumi n'ababiri mukulu nnyo okusinga ogw'ebika ekkumi n'ebibiri eby'abaana ba Israeri

**Yesu n'abayigirizwa Be ekkumi n'ababiri**

Yesu omwana wa Katonda, eyajja mu nsi mu mubiri, yatandika obuweereza Bwe nga wamyaka amakumi asatu, n'ayita abayigirizwa Be, era n'abasomesa. Ekiseera bwe kyatuuka, Yesu n'awa abayigirizwa Be obusobozi bw'okugoba emizimu n'okuwonya abalwadde. Matayo 10:2-4 w'ogera ku bayigirizwa ekkumi n'ababiri:

Abatume abo ekkumi n'ababiri, amannya gaabwe ge gano, eyasooka ye Simooni, ayitibwa Petero, ne Andereya muganda we, Yakobo omwana wa Zebbedaayo ne Yokaana muganda we, Firipo ne Battolomaayo, Tomasi, ne Matayo omuwooza, Yakobo omwana wa Alufaayo ne Saddayo; Simooni omukananaayo, ne Yuda Isukalyoti, ye yamulyamu olukwe.

Nga Yesu bwe yasaba, baabuulira enjiri era n'ebakola n'ebya'magero eby'amaanyi ga Katonda. Obujjulizi baabuweeranga Katonda omulamu era n'abatwala emyoyo mingi eri ekkubo ery'obulokozi. Bonna okujjako Yuda Isukalyoti, eyayingirwamu omulabe sitaani n'amaliriza ng'atunze Yesu, baalaba okuzuukira kwa Mukama n'okugenda mu ggulu, era ne bafuna Omwoyo Omutuku okuyita mu kusaba okw'amaanyi.

Bwatyo Katonda n'abatongoza, n'ebafuna Omwoyo Omutukuvu n'amaanyi era n'abafuuka abajjulizi ba Mukama mu Yerusaalemi, mu Yuda yonna ne Samaliya, ne kunkomerero y'ensi.

### Matiya ye yadda mu kifo kya Yuda Isukalyoti

Ebikolwa by'abatume 1:15-26 wanyonyola engeri ekifo kya Yuda Isukalyoti gye kyaddizibwamu omuntu omulala mu batume ekkumi n'ababiri. Baasaba Katonda era ne bakuba n'akalulu. Kino kyakolebwa kubanga abatume baali baagala kikolebwa nga Katonda bwayagala, awatali ndowooza ya muntu yonna. Era oluvanyuma baalonda omuntu mu bw'abo abali bazze nga basomesebwa Yesu, omusajja ayitibwa Matiya.

Ensonga lwaki Yesu yalondawo Yuda Isukalyoti wadde yakimanyirawo nti ajja ku mulyamu olukwe ayolese obulimba bwe. Olw'okuba Matiya yalondebwa bupya kitegeeza nti n'abamawanga basobola okufuna obulokozi. Kitegeeza nti abaweereza abalondebwa Katonda olwaleero babeera mu kifo kya Matiya. Okuva okuzuukira n'okulinnya mu ggulu kwa Mukama, waliwo abaweereza ba Katonda bangi abaalondebwa Katonda Yennyini, era oyo yenna afuuka omu ne Mukama asobola okulondebwa ng'omu ku bagobererezi ba Mukama, nga ne Matiya bwe yafuuka omugoberezi we.

Abaweereza ba Katonda abaalondebwa Katonda Yennyini bagondera okwagala kwa Mukama waabwe ne kigambo "Ye ssebo." Abaweereza ba Katonda bwe batagondera kwagala Kwe, tebalina kuyitibwa "baweereza ba Katonda" oba "Abaweereza ba Katonda abalonde."

Abatume ekkumi n'ababiri omuli ne Matiya baafaanananga ne Mukama, ne batuukiriza obutukuvu bwonna, ne bagondera ebyo byonna Mukama bye yasomesanga era n'abatuukiriza okwagala kwa Katonda kwonna. Baafuuka emisingi gy'okubuulira enjiri mu nsi yonna nga batuukiriza obuvunaanyizibwa bwabwe okutuusa lwe battibwa ng'abajjulizi.

### Amannya g'abayigirizwa ekkumi n'ababiri

Abo abalokoleddwa olw'okukkiriza, nga wadde baali tebeetukuzizza nnyo oba okuba ab'esigwa mu byonna mu nnyumba ya Katonda, basobola okukyalako mu Yerusaalemi Empya nga bayitiddwa, naye tebasobola kubeerayo olubeerera. N'olwekyo, ensonga lwaki amannya g'abatume ekkumi n'abiri gawandiikiddwa ku misingi ekkumi n'ebiri kwe kutujjukiza nti abo bokka abatukuziddwa ennyo era nga beesigwa mu byonna mu nyumba ya Katonda mu bulamu bwabwe bwonna obw'okunsi basobola okubeera mu Yerusaalemi Empya.

Ebika ekkumi n'ebibiri eby'abaana ba Israeri biyimiriddewo ku lw'abaana ba Katonda bonna abalokole olw'okukkiriza. Abo abeetukuzizza era nga beesigwa mu byonna mu bulamu bwabwe bajja kuba n'ebisaanyizo okuyingira Yerusaalemi Empya. N'olwensonga ezo, emisingi ekkumi n'ebiri gya mugaso nnyo, era yensonga lwaki amannya g'abatume ekkumi n'ababiri tegawandiikiddwa ku wankaaki ekkumi n'e bbiri wabula ku misingi ekkumi n'ebiri.

Olwo, lwaki Yesu yalonda abatume ekkumi n'ababiri? Mu magezi Ge agatuukiridde, Katonda atuukiriza ebigendererwa Bye, bye yasaawo ng'ebiro tebinnabaawo era atuukiriza buli kimu. N'owekyo, tukimanyi nti Yesu okulonda abatume ekkumi n'ababiri bokka kyaliwo okusinziira ku nteekateeka ya Katonda.

Katonda, eyakola ebika ekkumi n'ebibiri mu Ndagaano Enkadde, ye yalonda abatume ekkumi n'ababiri, ng'akozesa omuwendo 12 ekitegeeza "ekitangaala" "n'okutuukirira" mu Ndagaano Empya era ekisiikirize ky'Endagaano Enkadde ne kiryoka kirabwako mu Ndagaano Empya.

Katonda takyusa ndowooza Ye, n'anteekateeka Ye gy'aba yategeka, era akuuma ekigambo Kye. N'olwekyo, tulina okukukkiriiriza mu bigambo bya Katonda byonna ebiri mu Baibuli, twetegeke ng'abagole ba Mukama okumusisinkana, era ofune ebisaanyizo ebikuyingiza Yerusaalemi Empya ng'abatume ekkumi na babairi.

Yesu yatugamba mu Kubikkulirwa 22:12, "Laba, njija mangu, n'empeeera yange eri nange, okusasula buli muntu ng'omulimu gwe bwe."

Olwo Obulamu bw'Ekikristaayo bulina kufaanana butya

bw'oyinza okutambuliramu bw'oba nga ddala okkiriza nti ddala Mukama akomawo? Tolina kuba mumativu na ky'akuba nti walokolebwa olw'okuba wakkiriza Yesu Kristo, naye olina okwegyako ebibi byo byonna era obeere mwesigwa mu buvunaanyizibwa bwo.

Nsaba mu linnya lya Mukama waffe Yesu Kristo nti ojja kuba n'ekitiibwa ekitaggwawo n'emikisa mu Yerusaalemi Empya nga ba jjajja b'okukkiriza abo amannya gaabwe agawandiikibwa ku wankaaki ekkumi n'ebbiri n'emisingi ekkumi n'ebiri!

# Essuula 3

## Obunene bwa Yerusaalemi Empya

1. Epimibwa n'olumuli olwa zaabu
2. Yalusaalemi yakula nga bookisi ey'enkanya esonda
3. Amakulu ag'omwoyo aga ri 6000

Okubikkulirwa 21:15-17
Naye eyayogera nange yalina ekigera olumuli olwa zaabu okugera ekibuga, n'emiryango gyakyo, ne bbugwe waakyo. N'ekibuga kyenkanyankanizibwa enjuyi zonna n'obuwanvu bwakyo bulinga ng'obugazi, n'agera ekibuga n'olumuli, amabanga kakumi mu enkumi bbiri, obuwanvu n'obugazi, n'obugulumivu bwakyo bwenkanankana. N'agera bbugwe waakyo, emikono kikumi mu ana mu ena, ekigera ky'omuntu, kye kya malayika.

Abakkiriza abamu balowooza nti buli muntu yenna omulokole ajja kuyingira Yerusaalemi Empya eyo awali namulondo ya Katonda, oba n'ebalowooza nti Yerusalem Empya lye ggulu lyonna. Kyokka, Yerusaalemi Empya ssi lye ggulu lyonna, wabula kitundu ku ggulu eritaggwaayo. Abaana ba Katonda abatuufu bokka be bajja okuyingirayo. Oyinza okwewunya nti Yerusaalemi Empya yenkana wa obunene, eyo Katonda gyategekedde abaana be aba ddala!

Okukuyamba okutegeera kino obulungi, katutunuulire ekisenge ekinene ennyo eky'omu nsi ye China, nga kino kye kisenge ekizimbe ekikyasinzeeyo mu byafaayo. Obuwanvu bwakyo bwonna bulinga bwa kilo mita 2,700, oba mailo 1,700, naye bwetugattamu obusonda bwonna obuwanvu bweyongerako ne buwera nga kilo mita 6,500, oba mailo 4,000. Ekisenge kino bwaguuga kiva ebuva njuba okutuuka ebugwa njuba, era nga kiyita mu nsozi nnyingi mu bibangirizi n'ekiyita ne mu ddungu, ne kiyitako ku nnyumba amakula mukaaga, ne mu bibuga bibiri. Ndowooza olaba ekisenge kino gye kitandikira ne gye kikoma? Kino kye kimu ku byewuunyo omusanvu eby'edda mu nsi yonna era abantu bangi bagendayo okukyerabirako.

Wabula Yerusaalemi Empya mu ggulu, kino tekimanyi mu bunene. Katwongere okwekenneenya obunene n'enkula ya Yerusaalemi Empya, n'amakulu ag'owoyo agakwekeddwamu.

## 1. Kipimibwa N'olumuli olwa Zaabu

Kya butonde eri abo abalina okukkiriza okwa ddala n'esuubi ery'amaanyi erya Yerusaalemi Empya okwebuuza nti oba ku nkula n'obunene bwa Yerusaalemi Empya. Okuva lwe kiri nti kye kifo ky'abaana ba Katonda abatukuziddwa era ne bafaanana Mukama mu bujjuvu, Katonda ategese Yerusaalemi Empya mu ngeri ennungi ennyo era eyakayakana.

Mu Kubikkulirwa 21:15, osobola okusoma ku malayika ayimiridde n'olumuli olwa zaabu okupima obunene bwa wankaaki n'ebisenge bya Yerusaalemi Empya. Lwaki olwo Katonda yakkiriza Yerusaalemi Empya okupimibwa n'olumuli olwa zaabu?

### Okupima n'olumuli olwa zaabu

Olumuli olwa zaabu luba lugolokofu bulungi nga lwe lukozesebwa okupima obuwanvu mu ggulu. Bw'oba omanyi amakulu ga zaabu n'olumuli, osobola okutegeera ensonga lwaki Katonda apima obuwanvu lbwa Yerusaalemi Empya n'olumuli olwa zaabu.

Katonda ayimiriddewi okuteegeeza "okukkiriza" kubanga tekukyuka ne bwe wayitawo ebbanga. Yobu Yayatula mu Yobu Job 23:10 nti, "Naye amanyi ekkubo lye nkwata, Bwalimala okunkema, ndivaamu nga zaabu." N'olwekyo, zaabu w'olumuli olwa zaabu luyimirirawo okulaga nti okupima kwa Katonda tekuyitamu nsusuuba oba obutawera wabula kuba kuwera bulungi era tekukyukakyuka, Era ebisuubizo Bye byonna bijja kukuumibwa.

Olumuli luba luwanvu wabula nga lugonvu, lunyenyezebwa mangu empewo, naye terumenyeka na mbuyaga; lugonvu so ng'ate lugumu. Olumuli luba ne nnyingo, era kino kitegeeza nti Katonda agaba okusinziira ku muntu kyakoze.

N'olwekyo, ensonga lwaki Katonda apima ekibuga Yerusaalemi Ekiggya n'olumuli olwa zaabu kwe kupima buli kukkiriza kwa buli muntu awatali kugwamu kintu kyonna era aweebwe okusinziira ku kyakoze.

Kati, katutunuulire embala n'amakulu ag'omwoyo ag'olumuli okusobola okutegeera lwaki Katonda apima ebipimo bya Yerusaalemi n'olumuli olwa zaabu.

### Embala y'olumuli olupima okukkiriza

Okusookera ddala, emirandira gy'olumuli gikkira ddala wansi mu ttaka, era n'eginywera. Gibaako mita okuva ku emu okutuuka ku ssatu, nga waggulu ziweza footi 3-10, era ziba mpanvu nnyo era nga zikula nnyo okumpi mu musenyu ogw'ekisaalu oba ennyanja. Zibeera ng'ezirina emirandira eminafu naye tetusobola kumala gakuulayo olumuli olwo. Irene bb

Mu ngeri y'emu, n'abaana ba Katonda balina okuba ng'emirandira gyabwe ginyweredde mu kukkiriza era bayimirire ku ku lwazi olw'amazima. Okujjako ng'olina okukkiriza okutakyukakyuka okutajja kuyuuyuzibwa mu mbeera yonna, olwo lwokka lwojja okusobola okuyingira Yerusaalemi empya eyo ebitundu byayo ebipimibwa n'olumuli olwa zaabu. Eno ye nsonga lwaki omutume Paulo yasabira abakkiriza mu Efeso nti, "Kristo atuulenge mu mitima gyammwe olw'okukkiriza, mubeerenga n'emmizi munywezebwenga mu kwagala" (Abaefeso 3:17).

Eky'okubiri, emmuli ziweweera. Olw'okuba Yesu yalina omutima omugonvu era omuweweevu ng'olumuli, nga tayomba na muntu yenna. Abalala ne bwe baamukolokotanga oba ne bwe baamuyigganya, Yesu teyabawakanyanga era ng'avaawo buvi.

N'olwekyo, abo abalina essuubi mu Yerusaalem Empya balina okuba n'emitima emikakkamu ng'ogwa Yesu. Bw'owulira obubi nga waliwo akugambye ku nsobi yo, oba bwe bakunenyaako, kitegeeza nti okyalina omutima omugumu era ogw'emanyi. Bw'oba olina omutima omugonvu nga ppamba, osobola okukkiriza abantu okukukolokota n'essanyu era nga tewejjusa oba obutamatira.

Eky'okusatu, emmuli zinyenyezebwa mangu embuuyaga naye si kyangu kuzimenya. Embuyaga ey'amaanyi ennyo, esobola okusuula emiti eminene era olumu gisuulibwa, naye emmuli si nnyangu kusuulibwa mbuyaga olw'okuba ng'onvu. Abantu b'ensi eno olumu bageraageranya ebirowoozo n'emitima gy'abakazi n'emmuli bwe baba babogerako bubi, naye kino si kituufu. Okugeraageranya kwa Katonda kwanjawulo. Emmuli ziba ng'onvu era nga zitera okulabika ng'enafu ennyo, kyokka nga si kyangu kuzisuula ne mu mbuyaga ennyingi, era nga zirina obulungi obuva ku bimuli byazo eby'eru.

Olw'okuba emmuli zirina embeere ezo zonna ng'obugonvu, amaanyi, n'obulungi, zisobola okuyimirirawo ku lw'obwenkanya mu kusalawo okukolebwa ku bintu ebimu. Era enkula y'emmuli eyo esobola n'okwefaanaanyirizibwa ne ku Israeri. Israeri si nnene nnyo era n'abantu baayo si bangi, era yeetoloddwa balirwana abakambwe era abakyokooza. Israeri eyinza okulabika ng'ensi ennafu, naye 'tegwa" mu mbeera yonna. Kino kiri bwe kityo lwakuba balina okukkiriza okw'amaanyi mu Katonda, okukkiriza okunywezeddwa mu bajjajja b'okukkiriza omuli ne Ibulayimu. Wadde batunula ng'abagenda okugwa essaawa yonna, okukkiriza kw'aba Israeri mu Katonda kubasobozesa okunywera.

Mu ngeri y'emu, okusobola okuyingira Yerusaalemi Empya, tulina okuba n'okukkiriza okutaggwerera mu mbeera yonna, nga tuba n'emirandira mu Yesu Kristo ng'oyo lwe lwazi, era obe ng'emmuli ezirina emirandiira emigumu.

Eky'okuna, enduli z'emmuli ziba ng'olokofu era nga ziweweera bulungi era nga bazikozesa ne mu kusereka, okukola obusaale, oba okutulaamu obulimi bwa bailo. Enduli eyo engolokofu etegeeza okugenda mu maaso. Okukkiriza kugambibwa okuba "okulamu" singa kuba kugenda mu maaso. Abo abeeyongerako era ne bakulaakulana bajja kukula mu kukkiriza buli lunaku oluyitawo, era ne babeera ng'abatambula okudda eri eggulu.

Katonda alonda emikutu gino emirungi egitambula nga gidda eri eggulu, n'agitereeza era n'agifuula egituukiridde, era abantu bano ne basobole okuyingira Yerusaalemi Empya. N'olwekyo, tulina okutambula nga tudda eri eggulu ng'ebikoola ebifubutukayo ku nduli engolokofu w'ekoma.

Eky'okutaano, ng'abatontomi bangi bwe bawandiise ku bimuli by'olumuli mu kugezaako okunnyonyola embeera ey'eddembe, endabika y'emmuli ebeera ng'onvu nnyo era nga nnungi, era ebikoola byabwe biwanvu bulungi era birabika bulungi. Nga 2 Bakkolinso 2:15 bwe wagamba, "Kubanga tuli vvumbe ddungi erya Kristo eri Katonda mu abo abalokoka ne mu abo abaabula," Abo abayimiridde ku lwazi lw'okukkiriza bafulumya evvumbe eddungi mu Kristo. Abo abalina ekika ky'emitima gino baba n'amaaso ag'ekisa era agawummuza abantu, era abantu basobola okubeera ng'abali mu ggulu okuyita mu bbo. N'olwekyo, okusobola okuyingira Yerusaalemi Empya, tulina okuba nga tufulumya evvumbe eddungi erya Kristo eriringa ekimuli ekigonvu n'ebikoola ebirabika obulungi ennyo eby'emmuli.

Eky'omukaaga, ebikoola eby'emmuli biweweere ne ku njuyi zaabyo zombi kuliko amagimbi agasala olususu bw'oba obadde ozitema. Mu ngeri y'emu, abo abalina okukkiriza tebalina kwekiriranya na kibi wabula bafuuke ng'amagimbi nga begyako ebibi byonna.

Danyeri, eyali minisita ow'amaanyi mu Pasiya era yayagalwa nnyo Kabaka, wabula yafuna okusoomozebwa mwe ya singisibwa omusango gw'okusuulibwa mu kinnya kye mpologoma olwa'abantu ababi abaali bamukwatirwa obuggya. Kyokka, teyekkiriranya wadde, wabula yagumira ku kukkiriza kwe. Era eky'avaamu, Katonda yasindika bamalayika Be n'ebaziba obumwa bwe mpologoma, era n'aganya Danyeri okugulumiza Katonda n'amaanyi mu maaso ga Kabaka n'abantu bonna.

Katonda aba musanyufu n'ekika ky'okukkiriza ekya Danyeri kye yalina, ekika ky'okukkiriza ekitekiriranya na nsi. Akuuma abo abalina ekika ky'okukkiriza ekyo okuva eri ebizibu ebya buli ngeri n'okugezesebwa, era n'abaganya okumugulumiza ku nkomerero. Era, abawa emikisa era n'abafuula "mutwe, so si mukira" buli gye balaga (Eky'amateeka olw'okubiri 28:1-14).

Era, nga ne mu ngero 8:13 bwe watugamba, "Okutya MUKAMA kwe kukyawa obubi," bw'oba olina obubi mu mutima ggwo, olina okubweggyako ng'osaba obutakoowa n'okusiiba. Okutuusa nga tewekkiririranyizza na bibi olwo lwokka lw'ojja okukyawa obubi, lw'ojja okutukuzibwa era n'oba n'ebisaanyizo eby'okuyingira Yerusaalemi Empya.

Tulabye ensonga lwaki Katonda apima ekibuga Yerusaalemi Ekiggya n'olumuli olwa zaabu nga tutunuulira embala omukaaga ez'emmuli. Okukozesa olumuli olwa zaabu kitusobozesa okumanya nti Katonda apima okukkiriza kwaffe nga tasuddemu wadde akantu era n'atuwa empeera nga bwe tukoze mu bulamu buno, nti era atuukiriza ebisuubizo Bye. N'olwekyo, nsuubira nti ojja ku kizuula nti olina okubeera n'ebisaanyizo ebituukana n'amakulu ag'olumuli olwa zaabu ag'omwoyo, nga weggyako buli kika kya kibi kyonna, era otuukirize omutima gwa Mukama.

## 2. Enjuyi za Yerusaalemi Empya z'enkanankana.

Katonda awandiise obunene n'enkula ya Yerusaalemi Empya mu Baibuli. Okubikkulirwa 21:16 watugamba nti ekibuga kye nkanyankanyizibbwa enjuyi zonna amabanga kakumi mu enkumi bbiri (ze stadia 12,000) mu buwanvu, obugazi n'obugulumivu. Era ku kino omuntu ayinza okwewunya ng'agamba nti, 'Tetubeere ng'abasibiddwamu?' Kyokka, Katonda akoze munda wa Yerusaalemi Empya okuba nga wakakkanya bulungi nnyo omuntu. Era, omuntu abeera ebweru abeera talaba biri munda mu Yerusaalemi Empya, kyokka nga bbo abali munda w'ebisenge basobola okulaba ebigenda mu maaso ebweru. Kwe kugamba, toyinza kuwulira bubi oba nga toteredde oba okubeera nga gwe basibidde munda w'ebisenge.

### Yerusaalemi Empya eringa bokisi ey'enkanankana enjuyi zonna

Olwo, lwaki Katonda akoze Yerusaalemi Empya okuba nga enjuyi zaayo zonna zenkanankana? Obuwanvu bwonna okuba nga bwe bumu, n'obugazi kiraga nti waliwo enkola ennungi, okutuukirira, obwenkanya, n'obutuukirivu bw'ekibuga kya Yerusaalemi Empya. Katonda afuga ebintu byonna bulungi nnyo okulaba nti emmunyeenye ezitabalika, omwezi, omusana, n'amaanyi agabikuumira waggulu eyo, n'ensi yonna bitambula awatali kusuulamu kintu kyonna wadde ensobi yonna. Mu ngeri y'emu, Katonda akoze ekibuga kya Yerusaalemi Empya okuba ng'enjuyi zaakyo zonna z'enkanankana okulaga nti afuga ebintu byonna n'ebyafaayo mu ngeri ennungi, era n'atuukiriza buli kintu kyonna okutuuka ku nkomerero n'obwegendereza.

Yerusaalemi Empya erina obugazi n'obuwanvu eby'enkanankana, ne wankaaki kkumi n'abbiri n'emisingi kkumi n'ebiri, esatu ku buli ludda. Kano ke kabonero akalaga nti wonna omuntu wabeera ku nsi kuno, amateeka gajja kukozesebwa n'obwenkanya eri abo bonna abalina ebisaanyizo okuyingira Yerusaalemi Empya. Kwe kugamba, abantu bajja kuyisibwamu okusinziira ku kipimo ky'olumuli olwa zaabu era abo be bajja okuyingira Yerusaalemi Empya awatali kwesigama ku kikula kyabwe, emyaka oba eggwanga.

Kino kiri bwe kityo lwakuba Katonda, n'embala Ye etaliimu vvunya era nga ya bwenkanya, asala emisango n'obwenkanya era apima ebisaanyizo by'omuntu okusobola okuyingira Yerusaalemi Empya obulungi nnyo. Era, bokisi ey'enkanankana eyimiriddewo ku lw'omu mambuka, amaserengeta, obuva njuba, n'obugwa njuba. Katonda akoze Yerusaalemi Empya, era ayita abaana Be abatuukiridde era abalokoleddwa n'okukkiriza okuva mu nsi zonna okuva ku njuyi zonna.

### ri 6,000 mu bugazi, obuwanvu, n'obugulumivu

Okubikkulirwa 21:16 wasoma, "N'ekibuga kyenkanyankanyizibwa enjuyi zonna, n'obuwanvu bwakyo buli ng'obugazi, n'agera ekibuga n'olumuli, amabanga kakumi mu enkumi bbiri, obuwanvu n'obugazi n'obugulumivu bwakyo bwenkanankana." 'amabanga kakumi mu enkumi bbiri' gakyusibwa n'egafuuka ' stadia omutwalo gumu mu enkumi bbiri (12,000) ' nga kino kye kipimo ekipima obuwanvu mu Israeri, bwe kiba kikyusiddwa ate mu ri, nga kino kye kipimo ekipima obuwanvu mu Korea, ziba ri 6,000. 6,000 nga ze kiromita 2400. N'olwekyo, Yerusaalemu Empya eringa bokisi ey'enkanankana eweza ri 6,000 mu bugazi, mu buwanvu, n'obugulumivu.

Era, Mu kubikkulirwa 21:17 wasoma nti, "N'agera bbugwe waakyo, emikono kikumi mu ana mu ena, ekigera ky'omuntu, kye kya malayika."

Obunene bw'ekibuga kya Yerusaalemi ekiggya bwenkana emikono 'Nsanvu-mw'ebiri' era nga bw'egikyusibwa mu cubits ziwera '144' oba mita 65, oba ebigere 213. Engeri ekibuga kya Yerusaalemi Ekiggya bwe kiri ekinene ennyo, n'ebisenge byakyo n'abyo binene ddala.

## 3. Amakulu ag'Omwoyo aga ri 6,000

Olwo, lwaki, Katonda akoze obugazi, obuwanvu n'obugulumivu bwa Yerusaalemi Empya ri 6,000? Tusanga ekigendererwa kya Katonda ekirungi era ekigundiivu mu kyo.

### Amakulu aga ri 6,000 mu bugazi n'obuwanvu

Mu lubereberye 1, tulaba nti Katonda ye yakola eggulu lyonna n'ensi mu nnaku mukaaga era n'awummula ku lunaku olw'okutaano. 2 Petero 3:8 n'awo watujjukiza, "Naye kino kimu temukyerebiranga, abaagalwa, nga eri Mukama waffe olunaku olumu luli ng'emyaka olukumi n'emyaka olukumi giri ng'olunaku olumu." Nga Katonda bwe yawummula ku lunaku olw'omusanvu oluvanyuma lwe nnaku omukaaga mwe yatondera ebintu byonna, wajja kubaawo ekyasa eky'okuwummulamu oluvanyuma lw'emyaka 6,000-emyaka omuntu gy'anaamala ng'ateekebwateekebwa.

Oluvanyuma lwa Adamu ne Kaawa okukolimirwa n'okugobwa mu Lusuku Adeni, Katonda azze ateekateeka abantu ku nsi kuno. Oluvanyuma lw'emyaka 6,000-gino ng'okuteekateeka abantu kuwedde, Abaana ba Katonda ab'amazima, abatukuziddwa mu bujjuvu bajja kuyingira Yerusaalemi Empya. Ensonga lwaki Katonda obugazi n'obuwanvu bwa Yerusaalemi Empya abuwadde ri 6,000 kwe kukiikirira emyaka 6,000 egy'okuteekateeka omuntu.

Wabula tekitegeeza nti, mu byafaayo omuntu bye yakabeera ku nsi giri emyaka 6,000 gyokka. Okutuuka nga Adamu alidde ku muti ogw'okumanya obulungi n'obubi nga Katonda amaze okukola olusuku Adeni era n'amutwalayo, ekiseera ekiwanvu kyayitawo. Adamu teyalirawo ku muti ogwo ogw'okumanya obulungi n'obubi nga Katonda yakamugaana obutagulyangako, wabula yagulyako ng'ekiseera ekiwanvu kimaze okuyitawo – ng'amaze n'okuzaala abaana bangi nga bwe yali alagiddwa.

Mu kiseera kino ekiwanvu nga Adamu abeera mu Lusuku Adeni, ebinti bingi ebirina obulamu by'azaalibwa era n'ebifa ku nsi kuno. N'olwekyo, "mu emyaka 6,000" ebbanga lino teririimu wabula emyaka gino giva ku kiseera Adamu weyaliira ku muti ogw'okumanya obulungi n'obubi era n'agobebwa mu lusuku n'adda ku nsi kuno.

### Okujjukira emyaka-6,000- egy'okuteekateeka omuntu

Katonda ataddewo obugazi n'obuwanvu bwa Yerusaalemi Empya okuba ri 6,000 okujjukiza abantu bonna mu kibuuga n'ebweru waakyo nti bajja mu ggulu oluvanyuma lw'emyaka 6,000 egy'okuteekateeka omuntu.

Omuntu amanyi okwerabira ekiseera bwe kiyitawo. Ebiseera ebisinga, abantu beerabira ekisa kye baafuna okuva eri abalala era ne bawulira nga tebakyabasiima mu mitima gyabwe. Yo, mu ggulu, emitima gy'abantu tegiri kyukakyuka kubanga bonna bantu ba mwoyo. kyokka, ekiseera ekiwanvu ennyo bwe kiyitawo, eky'okuba nti baali bateekeddwateekeddwa ku nsi bayinza obutakifaako nnyo.

Kino kiringa bw'olaba okusembera kwetukola okujjukira ekisa ky'obulokozi okuyita mu musalaba gwa Mukama.

### Amakulu Ag'omwoyo aga ri 6,000 mu bugulumivu

Olwo, lwaki Katonda obugulumivu bwa Yerusaalemi Empya abutadde ku ri 6,000? bwandibadde ku 3,000, 4,000, oba ku ri 5,000, naye buli ku ri 6,000 okusobola okulaga nti gwe mukutu ogulimu ebibala byonna ebibaze mu myaka 6,000 egy'okuteekateeka abantu.

Katonda apanga empeera z'abaana Be z'ebaze bakolerera n'okukkiriza mu myaka 6,000 egy'okutekateeka omuntu.

Nga bwe kyanyonnyolwa mu ssuula 1, waggulu ku buwanvu bwa ri -6,000 mu Yerusaalemi Empya we wali ekifo ekisingirayo ddala obuwanvu eyo Katonda gye yeefuliramu Obusatu. Kye kifo Katonda eyabeerawo ng'ekitangaala ekitangalijja ennyo nga kirina eddoboozi eridingana nga kimaamidde ku nsi yonna ng'ebiro tebinnabaawo, n'ateeekateeka okuteteekateeka omuntu okusobola okufuna abaana abatuufu era ne yeekolamu Obusatu: Kitaffe, Omwana, N'omwoyo Omutukuvu.

N'olwekyo, ensonga lwaki Katonda atadde ekifo ekisingayo

obuwanvu ku bugulumivu obwa ri 6,000 obwa Yerusaalemi Empya kwe kutuukiriza emyaka 6,000 egy'okuteekateeka omuntu okuyita mu Katonda Obusatu era n'okukungula abaana Be abatuufu ng'ebibala ebirungi. Ye nsonga lwaki Katonda yatuma Yesu ng'omulokozi w'abantu bonna era n'amuganya okukomererwa okusobola okuggulawo wankaaki z'obulokozi. Atuwa Omwoyo Omutukuvu ng'ekirabo ekitutwala mu Yerusaalemi Empya nga tuzzaawo ekifaananyi kya Katonda ekyali kibuze.

### Katonda Yalondawo ensi ye Korea mu biro eby'oluvanyuma

Ensi ez'enjawulo zikozesa ebipimo bya njawulo okupima obuwanvu. Israeri ekozesa sitadiya, ensi nnyingi ez'akulaakulana edda zikozesa mailo, ate yo Korea ekozesa ri. olwo, lwaki obugazi, obuwanvu n'obugulumivu byonna biweza ri 6,000, ekipimo ekikozesa mu kupima obuwanvu mu Korea, kwe kwogera ku kigendererwa kya Katonda eky'okuteekawo emyaka 6,000-egy'okuteekateekamu omuntu?

Ensonga emyaka-6,000 mwebateekerateekera omuntu ne ri 6,000 mu bugazi, obuwanvu n'obugulumivu ebya Yerusaalemi Empya bikwatagana okulaga nti Katonda akozesa ensi eno okutuukiriza ekigendererwa Kye mu biro bino eby'oluvanyuma.

Lwaki Korea yeelondeddwa? Edda, abantu ba Korea baali bumu era nga babeerawo mu kunoonya obulungi olwo eggwanga lyabwe lisobole okuyitibwa "Eggwanga ery'obugunjufu mu buva njuba." N'emitima gyabwe emikakkamu, Aba Korea tebalumbagana bantu bonna, wadde bbo baalinga babalumbagana emirundi mingi. Olw'okuba babadde bagoberera ekkubo ery'obulungi, Katonda ali mu kuyiwa ekisa Kye ku nsi eno.

Enaku zino, ekanisa si nnyingi nnyo ne mu nsi ezisingamu abakristaayo gamba nga Bulaaya ne Amerika wabula mu Korea, kyangu nnyo okusanga ekanisa ku buli kyalo ne bwekaba katono katya era nga keesudde wala. Tewali ayinza kukiwakanya nti Katonda awadde abantu bano omukisa mu by'omwoyo. Ensi eyali ejjudde okusinza ba Katonda abalala, naye kati kyewunyisa nti mu myaka ekikumi egiyise okuva lwe batwalayo enjiri, Korea olwaleero ekuza obuwangwa bw'ekikristaayo bwonna, era esindika wamu n'okuteeka sente mu ba minsane abatabalika mu nsi yonna. Katonda alonze Korea, N'agiyiwako ekisa Kye, era n'agikozesa ng'ekikozesebwa eky'Omwoyo Omutuku okubuulira enjiri n'okuzuukusa emyoyo egiba gye base mu by'omwoyo, abantu bangi nga bwekisoboka basobole okwaniriza Mukama anaatera okudda.

Ekibuga kya Yerusaalemi ekiggya tekiyinza kugeraageranyizibwa na kizimbe kyonna mu bunene ku nsi kuno, naye si buli muntu ayagala okukiyingra nti asobola okukiyingira okugyako ng'aweereddwa olukusa. Kye kifo ky'abo bokka abalina emitima egifaanana omutima gwa Katonda, ogwo ogutangalijja era omulungi ng'ejjinja ery'omuwendo omungi.

Katonda Oyo omwenkanya agaba empeera okusinziira ku kyetukoze ku nsi kuno. Okusinziira ku kyetukoze okweggyako ebibi, okufuuka abaloongoofu, okulokola emyoyo, n'okugulumiza Katonda, olwo tusobola okubeera mu kitiibwa mu kifo ekisingako obulungi mu ggulu.

Era, bwe tuba twagala okubeera mu Yerusaalemi Empya eyo

awali namulondo ya Katonda, tulina okubeera n'ebisaanyizo nga bwe byogerwako mu migaso egy'omwoyo egy'emmuli eza zaabu.

N'olwekyo, Nsaba mu Linnya lya Mukama waffe Yesu Kristo nti ojja kutuukiriza okutukuzibwa mu bujjuvu, otuukirize obuvunaanyizibwa bwo bwonna n'okuba omwesigwa mu byonna mu nnyumba ya Katonda olwo olyoke oyingire Yerusaalemi Empya.

# Essuula 4

## Kizimbiddwa mu zaabu Yennyini n'ebika by'amayinja ag'omuwendo aga buli Langi

1. Kiwundiddwa ne zaabu yennyini N'ebika by'amayinja ag'omuwendo aga buli ngeri
2. Ebisenge bya Yerusaalemi Empya Bikoleddwa mu Yasepi
3. Kikoleddwa mu Zaabu Yennyini ng'endabirwamu etang alijja

Okubikkulirwa 21:18
N'okuzimbibwa kwa bbugwe waakyo
kwa yasepi, N'ekibuga kya zaabu ennungi,
ng'endabirwamu ennungi.

Ekizimbe ekiyitibwa Taj Mahal, ekiwundiddwa mu ngeri y'abayindi aba Persi, kyatikirivu nnyo mu nsi yonna olw'obulungi bwakyo. Ng'oyise ku wankaaki enkulu w'osanga emiti ku njuyi zombi era nga wakati waliwo ekidiba omuwugirwamu nga muno mwe mukubwa ekimyaso ekiva ku kintu ekisemba waggulu ku nnyumba eky'ekulungirivu. Ekoleddwa mu ngeri nti omusana guyingira munda w'ekintu kino ekyekulungirivu okuyita mu bisengenge ebirimu ebitululi ebiringa eby'akatimba. Kigambibwa nti obulungi bwa Taj Mahal buyitirira ekiro nga waliyo omwezi.

Ekifo kya Taj Mahal kyazimbibwa omukulembeze ayitibwa Mogul Mumtaj Shahjahan okujjukira mukyala we eyafa gwe yali ayagala ennyo Mumtaz Mahal. Okuzimba ekifo kino kwatandika mu mwaka gwa 1631 era ne gugenda mu maaso okumala emyaka abiri mw'ebiri, era n'akimalirako ensimbi mpitirivu.

Katugambe nti olina ensimbi zonna mu nsi n'obuyinza okuzimba ennyumba gwe n'abaagalwa bo mwe banaabeera emirembe gyonna. Wandyagadde kugizimba etya? Ng'okozesa bizimbisibwa ki? Ensimbi, ebbanga, n'obungi bw'abazimbi toyinza kubifaaka, gwe ky'oba oyagala ye ennyumba eyasamiriza abantu era esinga obulungi.

Mu ngeri y'emu, Olowooza Kitaffe Katonda teyandyagadde okuzimba n'okuwunda Yerusaalemi Empya mu ngeri ennungi ennyo ng'akozesa ebizimbisibwa ebisingayo obulungi eby'omu ggulu okusobola okubeerayo n'abaana Be abamwagala olubeerera? Era, buli kizimbisibwa mu Yerusaalemi Empya kirina amakulu ag'enjawulo okusobola okujjukira ebiseera bye tugumidde n'okukkiriza wamu n'okwagala ku nsi kuno, era buli kintu kirungi okukamala.

Kiba kya butonde eri abo abeesunga Yerusaalemi Empya okuva ku ntobo y'emitima gyabwe okwagala okwongera okumanya ku bikwata ku Yerusalemi Empya.

Katonda amanyi emitima gy'abantu bano era abaddeko by'atumanyisa eby'enjawulo ebikwata ku Yerusalemi Empya, omuli obunene bwayo, enkula, n'obunene bw'ekisenge, mu bujjuvu mu Baibuli.

Olwo, ekibuga Yerusaalemi ekiggya kikoleddwa mu biki ebyo?

## 1. Kiwundiddwa mu Zaabu Omulungi ennyo n'amayinja ag'omwendo aga buli Kika

Yerusaalemi Empya, oyo Katonda gyategekedde abaana Be, ekoleddwa mu zaabu yennyini atakyukakyuka era n'ekiwundibwa n'amayinja amalala ag'omuwendo. Mu ggulu teri byakuzimbisibwa nge'ttaka, nga bwe kiri wano ku nsi, era nga bikyuka buli ekiseera lwe kiyitawo. Enguudo mu Yerusaalemi Empya zikoleddwa mu zaabu omulungi ddala era n'emisingi n'egizimbibwa n'amayinja amalala ag'omuwendo. Bwe guba ng'omusenyu oguli ku lubalama lw'omugga ogw'amazzi ag'obulamu gwa zaabu ne ffeeza, olwo ate ebizimbisimbwa ebizimbe byo binaaba bifaanana bitya?

### Yerusaalemu Empya: Omulimu gwa Katonda ogukyasinzeeyo

Mu bizimbe by'ensi byonna ebimanyiddwa, okumasamasa kwabyo, omuwendo, ekitiibwa, n'okubyagala ennyo byawukana okuva ku kizimbe ekimu okudda ku kirala okusinziira ku byakizimbisibwa. Amayinja ga Marbles gamasamasa nnyo, era nga gaweebwa ekitiibwa okusinga omusenyu, embaawo, ne sementi.

Kubisaamu obulungi n'okunyirira kw'ekizimbe ky'ozimbisizza zaabu ow'ebbeeyi yekka n'amayinja amalala ag'omuwendo omungi, Olowooza kinaaba kinyirira kwenkana ki? Ye ate, byo ebizimbe mu ggulu binaanyirira kyenkana wa, engeri byo gye bizimbisiddwa ebintu ebisingayo obulungi!

Zaabu n'amayinja amalala ag'omuwendo mu ggulu bikoleddwa n'amaanyi ga Katonda era bya njawulo nnyo mu bulungi bwabyo, langi, n'okuweweera, bisingira ddala bino eby'oku nsi. Obulungi bwabyo n'okwakayakana by'amaanyi tebisobola na kunyonyolwa bulingi mu bigambo obugambo.

Ne ku nsi kuno, ebika by'emikutu bingi bisobola okukolebwa mu bbumba lye limu. Wabula bisobola okuba ebintu eby'ebbumba bye baseera oba okuba ebibumbe ebitaseerebwa nnyo okusinziira ku kika ky'ebbumba n'obukugu bw'omubumbi. Kyatwala emyaka lukumi n'okusoba Katonda okuzimba Yerusaalemi Empya, ekizimbe kye ekisingirayo ddala, nga kijjudde obulungi, okutuukirira n'ekitiibwa ky'omuzimbi waakyo.

### Zaabu owa ddala ayimirirawo ku lw'okukkiriza n'obulamu obutaggwaawo

Zaabu owa ddala aba zaabu kikumi ku kikumi nga temuli kitabikiddwamu kyonna, era kye kintu kyokka ekitakyukakyuka ku nsi kuno. Olw'okuba alina embala eno, amawanga mangi gaamukozesanga ng'ekipimo ky'ensimbi zaabwe n'okukyusa sente, era akozesebwa nnyo mu by'okuwunda n'amakolero. Zaabu anoonyezebwa nnyo n'okwagalibwa abantu bangi.

## EGGULU II

Ensonga lwaki Katonda yatuwa zaabu ku nsi kuno, kwe kutuganya okutegeera nti waliwo ebintu ebitakyukakyuka, nti era waliwo n'ensi ey'olubeerera. Ebintu ku nsi kuno bikaddiwa era n'ebikyuka bwe wayitawo ekiseera. Singa ebyo bye bintu bye twalina byokka, kyanditubeereredde kizibu okutegeera n'amagezi gaffe agalinako wegakoma nti waliwo eggulu ery'olubeerera.

Eno yensonga lwaki Katonda yakkiriza ffe okumanya nti waliyo n'ebintu eby'olubeerera okuyita mu zaabu ono oyo atakyukakyuka. Kino wekiri ffe okutegeera nti waliwo ekintu ekitakyukakyuka n'okuba n'essuubi ery'eggulu ery'olubeerera. Zaabu owa ddala ayimirirawo okutegeeza okukkiriza okw'omwoyo okutakyukakyuka. N'olwekyo, bw'oba omugezi, ojja kufuba okufuna okukkiriza okwo okutakyukakyuka nga zaabu owa ddala.

Waliwo ebintu bingi ebikoleddwa mu zaabu yennyini mu ggulu. Kubisaamu okwebaza kwe tunaabeeramu nga tutunula ku ggulu erikoleddwa mu zaabu yennyini, oyo abadde atwalibwa ng'ekyomuwendo ekisingayo mu bulamu bw'okunsi kuno!

Kyokka, ng'abo abatali bagezi bbo beegomba zaabu okusobola okwongeza ku ebyo bye balina oba okumwolesa ng'ekyobugagga kyabwe. Na bwe kityo, Beesamba Katonda era ne bamukyawa, bwe batyo bajja kugwa mu nnyanja ey'omuliro oba mu kirungo ekiyitibwa sulfur ekyesera mu ggeyeena, era oluvanyuma bejjuse, nga bagamba, "Nandibadde si bonaabonera mu ggeyeena singa okukkiriza n'akutwala ng'ekyomuwendo nga bwe n'alabanga zaabu."

N'olwekyo, Nsuubira nti ojja kubeera mugezi osobole okufuna e ggulu ng'ogezaako okufuna okukkiriza okutakyukakyuka, so si zaabu ow'oku nsi kuno gw'ojja okuleka wano obulamu bwo obw'oku nsi kuno bwe bunaaba buweddewo.

### Amayinja ag'omuwendo gayimirirawo okulaga ekitiibwa kya Katonda n'okwagala

Amayinja ag'omuwendo magumu era gasobola okukolebwamu ebintu bingi. Galina langi ez'enjawulo era nga gavaamu ekitangaala ekirungi ennyo. Olw'okuba tegalabikalabika, gaagalibwa nnyo abantu era gatwalibwa nga gamuwendo. Mu ggulu, Katonda ajja kwambaza abo abatuuse mu ggulu olw'okukkiriza n'engoye eza lineni era abawunde n'amayinja mangi ag'omuwendo okubalaga okwagala Kwe.

Abantu baagala nnyo amayinja ag'omuwendo era bagezaako okwerungiya nga baambala amayinja ago ag'enjawulo. Olwo kinaaba kisanyusa kwenkana ki nga Katonda akuwa amayinja agaakakayakana mangi ag'enjawulo mu ggulu?

Omuntu ayinza okubuuza, "Lwaki twetaaga eby'okwewunda mu ggulu?" Eby'okwewunda mu ggulu biraga ekitiibwa kya Katonda, era omuntu gyakoma okuweebwa eby'okwewunda ng'empeera omuntu oyo gyakoma okwagalibwa Katonda.

Ebika by'amayinja ag'omuwendo agakozesebwa mu kuwunda ga njawulo nnyo era gali mu bika bingi ne langi ez'enjawulo mu ggulu. Ku misingi ekkumi n'ebiri egya Yerusaalemi Empya, kuliko sapphire nga gano galina langi ya bbululu omukwafu; emerald nga gano galina kiragala ow'amazzi; ruby gamyufu omukwafu; ne chrysolite nga gano go galimu olwa kyenvu ne kiragala. amayinja aga Beryl galimu olwa bbululu n'ekiragala nga gatujjukiza amazzi amatangaavu obulungi ag'enyanja, ne topaz nga gano galimu langi ya kyenvu anaatera okugenda mu kimyufu. Chrysoprase go ga kiragala atali mukwafu nnyo, ne amethyst gavaamu ekitangaala kya kakobe omukwafu

Ng'ogyeeko ago, waliwo amayinja amalala ag'omuwendo mangi nnyo agavaamu langi ennungi ennyo gamba nga Yasepi, chalcedony, sardonyx, ne jacinth. Amayinja agawunda gano galina amanya ganjawulo n'emigaso nga n'amayinja g'oku nsi kuno bwe gali. Langi n'amannya ga buli jjinja ery'omuwendo gagatibwa okulaga ekitiibwa, okwenyumiriza, omuwendo n'ekitiibwa.

### Amayinja ag'omuwendo ag'omu ggulu ganyirizibwa amaanyi g'obutonzi

Ng'amayinja ag'omuwendo ag'oku nsi kuno bwe g'aba ne langi ez'enjawulo saako okwakayakana buli lwegakyusibwa, amayinja ag'omuwendo mu ggulu n'ago gakayakana nga gakyusibwa n'okuba ne langi ez'enjawulo, era n'amayinja ag'omuwndo mu Yerusaalemi Empya gakayakana mu ngeri za mirundi ebiri oba esatu.

Wabula, amayinja ago malungi nnyo nga toyinza kugageraageranya n'ago agasangibwa wano ku nsi kubanga Katonda yennyini yaganyiriza n'amaanyi ag'obutonzi. Yensonga lwaki omutume Yokaana yagamba nti obulungi bwa Yerusaalemi Empya bulinga amayinja ag'omuwendo omungi ennyo.

Era, amayinja g'omu Yerusaalemi Empya gamasamasa ne langi ennungi ennyo okusinga ago agasangibwa mu bifo ebirala ebibeerwamu kubanga abaana ba Katonda abayngira Yerusaalemi Empya bajja kuba nga baatuukiriza omutima gwa Katonda era nga baamuddiza ekitiibwa. N'olwekyo, kungulu ne munda wa Yerusaalemi Empya wawundiddwa n'ebika by'amayinja ag'omuwendo bingi nga galina langi ez'enjawulo. Kyokka ng'amayinja gano tegaweebwa buli muntu, wabula gaweebwa ng'empeera okusinziira ku bikolwa eby'okukkiriza ebya buli muntu ku nsi kuno.

### Ebisenge bya Yerusaalemi Empya bikoleddwa mu ki?

Waliwo ekisenge eky'ebweru n'ekisenge eky'omunda, eky'ebweru kikoleddwa mu Yasepi ate eky'omunda mu zaabu owa ddala. Wabula, kino tekitegeeza nti ekisenge eky'ebweru n'eky'omunda byawuliddwa, naye zibanga empapula ebbiri ng'olumu lutereddwa ku lulala. Bw'otunuulira ebisenge eby'ebweru wa Yerusaalemi Empya, olaba Yasepi ate bw'obeera munda, zaabu yennyini. Era, Ebisenge bya Yerusaalemi Empya si nti amayinza ga yasepi gamaze gapangibwa ejjinja erimu ku linaalyo, wabula Yasepi, asengekeddwa bulungi nnyo mu ngeri eya dizayini, okulaga amagezi ga Katonda.

2. Ebisenge bya Yerusaalemi Empya bikoleddwa mu Yasepi

Okubikkulirwa 21:18 watugamba nti ebisenge bya Yerusaalemi Empya "byakolebwa mu yasepi." Kubisaamu obulungi obunaaba ku bisenge bya Yarusaalemi Empya engeri gye bikoleddwa mu Yasepi byonna okwetoloola!

### Yasepi ayimirirawo ku lw'okukkiriza okw'omwoyo

Yasepi asangibwa ku nsi kuno liba jjinja ggumu nga teritangaala. Lirina langi zanjawulo, eya kiragala, emyufu ne kiragala alimu olwa kyenvu. Ezimu ku langi zaalyo zegasse oba ezimu zibeera mu katundu kamu. Okusinziira ku langi ze jjinja lino, obugumu bw'alyo n'abwo buba bwawukana. Yasepi tebamuseera nnyo era amayinja agamu ganguwa okumenyeka, naye yasepi ow'omu ggulu eyakolebwa Katonda takyukakyuka oba tamenyeka. Yasepi ow'omu ggulu alina langi eya bululu erimu olweru era atangaala ng'obeera ng'atunula mu mazzi agatangaala obulungi bw'olitunulamu. Wadde terisobola kugeraageranyizibwa na kintu kyonna ku nsi kuno, liringa bw'olaba ebimyanso ebya bululu eby'aka ennyo ebiba bikubye ku mayenge g'oguyanja ogunene.

Yasepi ow'ekika kino ayimirirawo ku lw'okukkiriza okw'omwoyo. Okukkiriza kye kisinga obukulu era nga gwe musingi mu kutambulira mu bulamu obw'ekikristaayo. Awatali kukkiriza tosobola kufuna bulokozi wadde okusanyusa Katonda. Era, awatali kukkiriza kwa kika kino okusanyusa Katonda, tosobola kuyingira mu Yerusaalemi Empya.

N'olwekyo, ekibuga kya Yerusaalemi Ekiggya kizimbiddwa n'okukkiriza, era amayinja ag'omuwendo agalina langi eraga okukkiriza kuno ye Yasepi. Yensonga lwaki ebisenge bya Yerusaalemi Empya bikoleddwa mu Yasepi.

Bw'eba nga Baibuli etugamba nti "Bbugwe wa Yerusaalemi Ekiggya akoleddwa n'okukkiriza," abantu banaasobola okutegeera ebigambo ebyo? Mazima kiba kizibu okutegerebwa ne ndowooza za Bantu naye ate kiba kizibu ddala okukuba akafaananyi k'obulungi bwa Yerusaalemi Empya bwewundiddwa.

### Ebisenge biwundiddwa bulungi nnyo ne Yasepi

Ebisenge ebikoleddwa mu Yasepi bimasamasa bulungi nnyo n'ekitangaala eky'ekitiibwa kya Katonda era kiwundiddwa n'enkula ez'enjawulo wamu ne dizayini.

Ekibuga kya Yerusaalemi Ekiggya kye kifo Katonda

Omutonzi kyakyasinze okukola obulungi ennyo era ekifo eky'okuwummuliramu olubeerera eky'ebyo ebibala ebikyasinzeeyo okuva mu myaka 6,000 egy'okuteekateeka omuntu. Obulungi, okumasamasa, n'okwaka okw'ekibuga kino nga bijja kuba bissufu?

Tulina okukitegeera nti Yerusaalemi Empya kikoleddwa ne tekinologiya asinga okuba ow'omulembe n'enkola y'ebyuma ebikozesebwa tesobola kutegerebwa.

Nga bwe kyanyonyoddwa mu ssuula 3, wadde ali munda asobola okulaba ekiri ebweru, ebyo ebiri munda tebisobola kulabibwa. Wabula, kino tekitegeeza nti abantu abali munda w'ekibuga bajja kuwulira ng'abasibiddwa mu nda w'ebisenge. Abatuuze ba Yerusaalemi Empya basobola okulaba byonna ebiri ebweru era wabeera ng'awatali kisenge. Banange nga kinaaba kirabika bulungi bulala!

## 3. Kyakolebwa mu Zaabu yennyini ng'endabirwamu Ennungi

Ekitundu ky'okubikkulirwa ekisembayo 21:18 wasoma nti, "N'ekibuga kya zaabu ennungi, ng'endabirwamu ennungi." Kati katutunuulire embala ya zaabu kituyambeko okusobola okutegeera n'okukubisaamu akafaananyi ku ngeri Yerusaalemi Empya bwefaanana.

### Zaabu owa ddala alina omuwendo ogutakyukakyuka

Zaabu takyukakyuka n'amazzi wadde empewo. Takyuka wadde wayiseewo ekiseera ekiwanvu era tawanyisibwa ne bwaba atereddwako ebirungo ebirala. Zaabu bulijjo abeera kye kimu, mu bulungi ne mu kumasamasa. Zaabu w'oku nsi kuno abeera agonda nnyo, era tusobola okubaako bye tumugattamu; mu ggulu, zaabu waayo tagonda nnyo. Era, zaabu n'amayinja amalala mu ggulu biba ne langi ez'enjawulo era nga bigumu okusinga ebyo ebisangibwa ku nsi kuno, kubanga bifuna ekitangaala ky'ekitiibwa kya Katonda.

Ne ku nsi kuno, obulungi n'omuwendo gw'ebyokwewunda byawukana okusinziira ku bukugu omukozi bwe yabikozesa. Olwo eby'okwewunda by'omu ggulu binaakomawa obulungi n'omuwendo eby'omu Yerusaalemi Empya engeri gy'ebiwundiddwamu n'okufunyibwa Katonda Yennyini!

Teri kwegomba wadde omululu gw'ebintu ebirungi mu ggulu. Ku nsi abantu batera okwagala ennyo eby'okwewunda nga babyagala olw'obulamu bwabwe obw'okwejalabya n'okufuna ettuttumu, naye mu ggulu baagala eby'okwewunda mu by'omwoyo kubanga bamanyi amakulu ag'omwoyo aga buli kimu ku byo ne balowooza ne ku kwagala kwa Katonda eyabikola n'engeri gye Yawundamu eggulu n'eby'okwewunda bino.

### Katonda yakola Yerusaalemi Empya ne zaabu yennyini

Olwo, lwaki, Katonda akoze ekibuga Yerusaalemi Ekiggya ne zaabu oyo atangalijja ng'endabirwamu? Nga bwe kyanyonyoddwa edda, zaabu owa ddala mu by'omwoyo ategeeza okukkiriza, esuubi erizaaliddwa olw'okukkiriza, obugagga, ekitiibwa, n'obuyinza. "Essuubi erizaaliddwa olw'okukkiriza" kitegeeza nti osobola okufuna obulokozi, essuubi erya Yerusaalemi Empya, ne wegyako ebibi byo byonna, era n'ofuba okwetukuza, nga bwe weesunga empeera n'essuubi kubanga olina okukkiriza.

N'olwekyo, Katonda akoze ekibuga kino ne zaabu owa ddala

abo abanaakiyingira n'essuubi ery'amaanyi basobole okujjula okwebaza n'essanyu olubeerera.

Okubikkulirwa 21:18 watubuulira nti Yerusaalemi Empya eringa "endabirwamu ennungi ennyo." Kino kiraga okutangaala n'obulungi bw'ekyo kyolaba Yerusaalemi Empya. Zaabu mu ggulu mutangaavu nga bw'olaba endabirwamu era wa ddala ng'endabirwamu si nga zaabu w'oku nsi kuno atatangalijja.

Yerusaalemi empya watangaavu bulungi nnyo tewali wadde ebbala lyonna kubanga wakoleddwa mu zaabu yennyini. Yensonga lwaki omutume Yokaana yeetegereza n'agamba nti "kya zaabu ennungi ennyo ng'endabirwamu."

Gezaako okulowooza ku kibuga Yerusaalemi Ekiggya ekikoleddwa mu zaabu omulungi ennyo, n'amayinja amalala ag'omuwendo ne langi ennyingi.

Nga mmaze okukkiriza Mukama, n'alabanga zaabu oba ejjinja ery'omuwendo, ng'ejjinja eddala lyonna era nga si byegomba na kubeera n'abyo. Nali nzijjudde essuubi ly'eggulu, era nga saagala bintu bya ku nsi kuno. Kyokka, bwe n'asaba okuyiga ku bikwatagana ku ggulu, Mukama n'ang'amba, "Mu ggulu buli kimu kikoleddwa mu mayinja ag'omuwendo ne zaabu: bino olina okubyagala." Yali tategeeza nti nina okutandika okukung'anya zaabu n'amayinja ag'omuwendo. Wabula yali ng'amba, nti nali wakutegeera ekigendererwa kya Katonda n'amakulu ag'omwoyo ag'amayinja gano ag'omuwendo era mbyagale nga Katonda bwe yalaba nti kisaanidde.

Bwentyo nkukubiriza okwagala mu ngeri ey'omwoyo okwagala zaabu n'amayinja ag'omuwendo. Bw'olaba zaabu, oyinza okulowooza, "nina okubeera n'okukkiriza ng'okwa zaabu." Bw'olaba amayinja amalala ag'omuwendo, osobola okuba n'essuubi ery'egulu, ng'ogamba, "Oba ennyumba yange mu ggulu eneeba etya?"

Nsaba mu linnya lya Mukama Yesu Kristo osobole okufuna ennyumba ey'omu ggulu ekoleddwa mu zaabu atakyukakyuka n'amayinja ag'omuwendo ng'ofuna okukkiriza okulinga okwa zaabu yennyini era odduke ng'odda eri eggulu.

# Essuula 5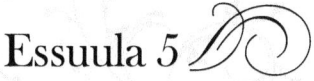

## Emigaso gy'emisingi ekkumi n'ebiri

1. Yasepi: Okukkiriza okw'Omwoyo
2. Safiro: Obwesimbu n'amazima
3. Kalukedoni: Okwagala okutasuubira kintu kyonna era okwokwewaayo
4. Nnawandagala: Obutuukirivu n'obuyonjo
5. Sadonukisi: Obwesigwa obw'omwoyo
6. Sadiyo: Okwagala okw'amaanyi
7. Kerusoliso: Kusaasira
8. Berulo: Obugumiikiriza
9. Topazi: Obulungi
10. Kerusoperaso: Okwefuga
11. Kuwakinso: Obulongoofu, n'obutuukirivu
12. Amesusito: Obulungi n'obugonvu

Okubikkulirwa 21:19-20
Emisingi gya bbugwe w'ekibuga gyayonjebwa na buli jjinja ery'omuwendo omungi. Omusingi ogw'olubereberye yasepi; ogw'okubiri safiro; ogw'okusatu, kalukedoni; ogw'okuna lya, nnawandagala; ogw'okutaano lya, sadonukisi, ogw'omukaaga lya, sadiyo; ogw'omusanvu, Kerusoliso; ogw'omunaana, berulo; ogw'omwenda, topazi; ogw'ekkumi, kerusoperaso; ogw'ekumi n'ogumu, kuwakinso; ogw'ekumi n'ebiri, amesusito.

Omutume Yokaana yawandiika nti ebisenge bya Yerusaalemi Empya byakolebwa mu Yasepi, ng'ono ayimirirawo ku lw'okukkiriza okw'omwoyo, era ekibuga kyakolebwa mu zaabu yennyini, ng'ono ayimiriddewo ku lw'essuubi erizaalibwa okuyita mu kukkiriza. Era yawandiika ne ku misingi ekkumi n'ebiri mu bujjuvu. Lwaki Yokaana yawandiika alipoota enzijjuvu bw'etyo ku Yerusaalemi Empya? Katonda ayagala abaana Be okufuna obulamu obutaggwaawo n'okukkiriza okwa ddala nga bamanya ku migaso ogy'omwoyo ogy'emisingi ekkumi n'ebiri egya Yerusaalemi Empya.

N'olwekyo, abaweereza ba Katonda balina okutegeera emigaso gino okuyita mu kusaba okwamaanyi olwo basobole okusomesa obulungi n'okulung'amya endiga zaabwe.

Olwo, lwaki, Katonda yakola emisingi ekkumi n'ebiri n'amayinja ekkumi na biri ag'omuwendo? Omugatte gw'amayinja ekkumi n'abiri ag'omuwendo gulaga omutima gwa Yesu Kristo ne Katonda, entiko y'okwagala. N'olwekyo, bw'otegeera omugaso og'omwoyo ogwa buli limu ku mayinja ekkkumi n'ebiri ag'omuwendo, osobola okwawula mu bwangu omutima gwo gufaanana Yesu Kristo kyenkana ki, era ebisanyizo ebikuyingiza Yerusaalemi Empya olinako byenkana ki.

Katwekeneenye amayinja ekkumi n'ebiri ag'omuwendo n'omugaso gwago og'womwoyo.

## 1. Yasepi: Okukkiriza Okw'omwoyo

Yasepi, omusingi ogusooka ogw'ebisenge bya Yerusaalemi Empya, ayimirirawo ku lw'okukkiriza okw'owoyo. "Okukkiriza okw'omwoyo" wano kitegeeza ekika ky'okukkiriza omuntu bw'aba ng'akkiriza ekigambo kya Katonda kyonna munda mu mutima gwe. Bw'oba olina ekika ky'okukkiriza kuno nga kugobererwako ebikolwa, ojja kugezaako okuba omutukuvu era odduke eri Yerusaalemi Empya. Okukkiriza okw'omwoyo kikulu nnyo bw'oba otambulira mu bulamu obw'ekikristaayo. Awatali kukkiriza, tosobola kulokolebwa, okufuna okuddbwamu eri okusaba kwo, oba okuba n'essuubi mu ggulu.

## Okukkiriza Okw'omwoyo y'ensibuko y'Obulamu obw'ekikritaayo

Abaebulamiya 11:6 watujjukiza, "Era awataba kukkiriza tekiyinzika kusiimibwa, kubanga ajja eri Katonda kimugwanira okukkiriza nga Katonda waali, era nga ye mugabi w'empeera eri abo abamunoonya." Bw'oba olina okukkiriza okwa ddala, ojja kukkiririza mu Katonda nti yakugabira empeera, era olwo ojja kuba mwesigwa, ng'olwanisa ebibi ng'obyegyako era n'otambulira mu kakubo akafunda. Era ojja kufuba nnyo okukola obulungi osobole okuyingira Yerusaalemi Empya ng'ogoberera Omwoyo Omutukuvu.

N'olwekyo, okukkiriza y'ensibiko y'obulamu obw'ekikristaayo. Nga n'ekizimbe bw'ekiteesigika okujjako nga kirina omusingi omugumu, tosobola kutambula ng'omu kristaayo omulungi nga tolina kukkiriza kunywevu. Yensonga lwaki Yuda 1:20-21 watukubiriza nti, "Naye mmwe abaagalwa, bwe mwezimba ku kkukiriza kwammwe okutukuvu ennyo, nga musaba mu Mwoyo Omutukuvu, mwekuumenga mu kwagala kwa Katonda, nga mulindirira okusaasira kwa Mukama waffe Yesu Kristo olw'obulamu obutaggwaawo."

Okukkkiriza okutwaliza awamu kuyinza okwawulibwamu emirundi ebiri "okukkiriza okw'omwoyo" ne "okukkiriza okw'omubiri." Okukkiriza ookw'omubiri kwe kukkiriza okujjudde amagezi amamanye, wabula kwo okukkiriza okw'omwoyo kwe kukkiriza okugobererwa ebikolwa ebiva ku ntobo y'omutima gw'omuntu. Katonda kyayagala si kukkiriza okumanye wabula okukkiriza okw'omwoyo. Bw'oba tolina kukkiriza okw'omwoyo, "okukkiriza" kwo tekujja kuwerekerwako bikolwa, era toyinza kusanyusa Katonda wadde okuyingira Yerusaalemi Empya.

Yensonga lwaki Katonda akoze ebisenge bya Yerusaalemi Empya mu Yasepi ayimirirawo ku lw'okukkiriza okw'omwoyo, n'amufuula omusingi ogusooka, era n'ayagala atukulembere eri Ekibuga.

### Petero yafuna ebisumuluzo by'obwakabaka obw'omu ggulu

Katutunuulire omuntu omu eyalina okukkiriza okw'ekika kino okw'omwoyo. Omutume Petero yalina kukkiriza kwa kika ki, erinnya lye okutuuka okuba nti lyawandiikibwa ku gumu ku misingi gya Yerusaalemi Empya? Wadde nga tannayitibwa ng'omutume, tukimanyi nti Petero yagondera Yesu; okugeza, Yesu bwe yamugamba okusuula obutimba, yagonderawo (Lukka 5:3-6). Era, Yesu bwe yamugamba okumuleetera endogoyi n'omwana gwayo, yagonda mu kukkiriza (Matayo 21:1-7). Petero yagonda Yesu bwe yamugamba okugenda ku nnyanja, akwate ekyenyanja, akigyemu esutateri (Matayo 17:27). Era, yatambulira ku nnyanja nga Yesu, wadde tekyamala bbanga ddene. Awo tusobola okumanya nti ddala Petero Yalina okukkiriza okw'amaanyi.

Era ekyavaamu, Yesu yayita okukkiriza kwa Petero nti kutuukirivu era n'amuwa ebisumuluzo by'obwakabaka obw'omu ggulu nga kitegeeza nti buli kyalisumulula ku nsi ne mu ggulu kirisumululwa, era buli kyalisiba ku nsi ne mu ggulu kirisibibwa (Matayo 16:19). Petero yafuna okukkiriza okutuukiridde bwe yafuna Omwoyo Omutukuvu, n'atandika okubuulira abantu Yesu Kristo, era n'awaayo obulamu bwe eri obwakabaka bwa Katonda obulamu bwe bwonna okutuusa lwe yafuuka omujjulizi.

Tulina okudda eri eggulu nga Petero bwe yakola, tuwe Katonda ekitiibwa, era tufune Yerusaalemi Empya n'okukkiriza okumusanyusa.

## 2. Safiro: Obwesimbu n'amazima

Safiro, omusingi ogw'okubiri ogw'ebisenge bya Yerusaalemi Empya, guvaamu langi etangaala, eya bbululu omukwafu. Olwo, amayinja ga safiro gategeeza ki mu by'omwoyo? Gayimirirawo ku lw'obwesimbu n'amazima gennyini, nga gano geganywera obutawuliriza kikemo kyonna oba okutisibwatisibwa kw'ensi. Safiro ly'ejjinja eriyimirirawo ku lw'ekitangaala ky'amazima ekisigala nga kigenda butereevu awatali kukyukakyuka ate "n'omutima omwesimbu" ogwo oguyita buli Kwagala kwa Katonda nti kutuukiridde.

### Danyeri n'emikwano gye esatu

Eky'okulabirako ekirungi eky'obwesimbu obw'omwoyo n'amazima mu Baibuli kisangibwa mu Danyeri n'emikwano gye esatu – Sadulaaka, Mesaki ne Abeduneego. Danyeri teyekkiriranya na kintu kyonna ekitaali mu butuukirivu bwa Katonda, wadde ng'ekyo kyali kiragiro okuva eri kabaka. Danyeri yanywerera ku butuukirivu bwa Katonda okutuuka lwe yateekebwa mu kinnya ky'empologoma. Katonda yasanyukira obwesimbu bwa Danyeri era N'akuuma Danyeri ng'amusindikira ba bamalayika n'ebaziba obumwa bw'empologoma, era n'amuganya okuddiza Katonda ekitiibwa mu ngeri ey'amaanyi ennyo.

Danyeri 3:16-18 wasoma nti Danyeri n'emikwano gye esatu n'abo banywerera ku kukkiriza n'emitima gyabwe emyesimbu okutuuka lwe basuulibwa mu kikoomi ky'omuliro. Okusobola obutakola kibi kya kusinza bakatonda balala, baayogera lwatu eri kabaka nti:

Ai Nebukadduneeza, tekitugwanira kuddamu mu kigambo kyonna ekyo. Bwe kinaaba bwe kityo, Katonda waffe gwe tuweereza ayinza okutuwonya mu kikomi ekyaka n'omuliro, era anaatuwonya mu mukono gwo, ai kabaka. Naye bwe kitaabe bwe kityo, tegeera ai kabaka, nga tetugenda kuweereza bakatonda bo, newankubadde okusinza ekifaananyi ekya zaabu kye wayimirizza.

Era ku nkomerero, wadde baali batereddwa mu kikoomi eky'okya emirundi musanvu okusingawo ku muliro ogwa bulijjo, emikwano gya Danyeri esatu tebajja n'ako wadda akatono bwe kati kubanga Katonda yali nabo. Nga kyali kyewunyisa okuba nti wadde oluviiri olumu ku mitwe gyabwe terwajja era baali tebawunya na mukka nti oba baali mu muliro! Kabaka eyalaba bino byonna ku nkomerero yayogera n'agamba nti, "Katonda wa Saddulaaki, mesaki, ne Abeduneego yeebazibwa

, atumye malayika we, era awonyezza abaddu be abamwesize ne bawanyisa ekigambo kya kabaka, ne bawaayo emibiri gyabwe, baleme okuweereza newankubadde okusinza katonda yenna, wabula Katonda wabwe bo. Kyenva nteeka etteeka, nga buli bantu, n'eggwanga, n'olulimi, abanaayogeranga obubi bwonna ku Katonda wa Saddulaaki, Mesaki ne Abeduneego, balitemebwatemebwa, ne nnyumba zaabwe zirifuulibwa olubungo, kubanga tewali katonda mulala ayinza okuwonya mu ngeri eyo" (Danyeri 3:28-29). Era kabaka n'addiza Katonda ekitiibwa n'alyoka akuza ne mikwano gya Danyeri esatu.

Okusobola okuyingira Yerusaalemi Empya, tulina okuba n'emitima emyesimbu nga safiro, omusingi ogw'okubiri, bwegutegeza. Okujjako nga tulina emitima emyesimbu nga egya Danyeri n'emikwano gye esatu, tetusobola kuyingira Yerusaalemi Empya wadde tuyinza okuyingira eggulu n'okukkiriza okumala okufuna obulokozi.

Tulina okusaba mu kukkiriza, awatali kubuusabuusa kwonna
Yakobo 1:6-8 watugamba nga Katonda bwakyawa emitima egitali myesimbu:

Naye asabenga mu kukkiriza, nga taliiko kyabuusabuusa, kubanga abuusabuusa afaanana ng'ejjengo ery'ennyanja eritwalibwa empewo ne lisuukundibwa, kubanga omuntu oyo talowoozanga ng'aliweebwa ekintu kyonna eri Mukama waffe, omuntu ow'emyoyo ebiri, atanywera mu makubo ge gonna.

Bwetuba tetulina mitima myesimbu nga tubuusabuusa Katonda ne bwe kiba kitono kitya, tuba tulina emitima ebiri. Abo ababuusabuusa baba beeteeka mu mbeera nga babeera bangu okuyuuzibwayuzibwa olw'ebikemo eby'ensi eno kubanga baba tebataddeyo mutima era nga bakuusa. Era, abo abalina "emitima-ebiri" tebasobola kulaba kitiibwa kya Katonda kubanga baba tebasobola kulaga kukkiriza kwabwe oba okugonda. Yensonga lwaki tujjukizibwa nti "omuntu oyo talowoozanga ng'aliweebwa ekintu kyonna eri Mukama waffe."

Nga n'akamala okutandikawo ekanisa yange, bawala bange abasatu katono bafe olw'omuka omubi gwe baali basizza. Kyokka, saatya wadde okuba n'endowooza okubatwala mu ddwaliro kubanga nali nzikiririza mu Katonda ayinza byonna. N'ayambuka bwambusi mu yeekaalu n'enfukamira n'ensaba mu kwebaza. Bwe namala, n'ensaba mu kukkiriza, "N'endagira mu linnya lya Yesu Kristo! Nti Ggwe mukka gwe ogw'obutwa, genda!" Awo bawala bange, abaali baazirise edda, baayimiririrawo amangu ago omu ku omu nga bwe nsabira buli omu ku bo. Ba memba b'ekanisa bangi abaalaba kino beewunya nnyo ne basanyuka nnyo, nga bwe beebaza n'okugulumiza Katonda.

Bwe tuba n'okukkiriza okutekkiriranya na nsi eno, n'emitima emyesimbu egyo egisanyusa Katonda, tusobola okumuddiza ekitiibwa awatali kkomo era ne mutambulira mu bulamu obw'omukisa mu Kristo.

## 3. Kalukedoni: Okwagala okutasuubira kintu kyonna era okwokwewaayo

Kalukedoni, omusingi ogw'okusatu ogw'ebisenge bya Yerusaalemi Empya, mu by'omwoyo gayimirirawo ku lw'okwagala okutasuubira kintu kyonna era okwokwewaayo.

Okwagala okwokwewaayo kye kika ky'okwagala okutasaba kintu kyonna oluvanyuma lw'okukolera omuntu ekintu bw'ekiba nga kikwatagana na butuukirivu n'obwakabaka bwa Katonda. Omuntu bw'aba n'okwagala okw'okwewaayo, ajja kuba mumativu n'okuba nti ayagala abalala mu mbeera yonna era nga teyeenoonyeza bibye mu ngeri y'okusasulwa. Kino kiri bwe kityo lwa kuba okwagala okw'omwoyo tekwenoonyeza byakwo wabula olw'obulungi bw'abalala.

Wabula kwo okwagala okw'omubiri, omuntu ajja kuwulira nga mukalu talina kalina, ng'anakuwadde, oba okumenyebwa omutima singa baanaaba ayagala tebamwagala mu ngeri y'emu kubanga okwagala okw'ekika kino kweyagaliza kwokka. N'olwekyo, oyo aba n'okwagala okw'omubiri ng'atalina mutima gwa kwewaayo asobola okukyawa abalala oba n'okuba n'empalana n'abo ate beyabeeranga n'abo ennyo.

N'olwekyo, tulina okukitegeera nti okwagala okutuufu kwe kwagala kwa Mukama, eyayagala buli muntu era n'afuuka ekiweebwayo ng'omutango.

### Okwagala okw'okwewaayo okutanoonya kufuna mu kye kukooze

Mukama waffe Yesu Kristo, nga Katonda mu ngeri yonna, Yeefuula ekitaliimu, n'eyessa wansi n'ajja ku nsi kuno mu mubiri okusobola okulokola omuntu. Yazaalibwa mu kiraalo n'azazikibwa mu kigango okusobola okulokola abantu abalinga ensolo, era yabeera mu bulamu obw'ekyavu obulamu bwe bwonna okusobola okutulokola mu bwavu. Yesu yawonya abalwadde, y'azzaamu abanafu amaanyi, y'awa abaweddemu esuubi, esuubi, era n'aba mukwano gw'abo abaakyayibwa.

Yatulaga bulungi bwokka na kwagala era olw'ekyo yadduulirwa, yakubibwa, era kunkomerero n'akomererwa abo ababi, ng'ayambadde engule ey'amaggwa ku mutwe Gwe, abo abatategeera nti yajja ng'omulokozi waffe.

Yesu, ne bwe yali ng'abonabona okuva ku bulumi bw'okukomererwa, yasaba eri Katonda Kitaffe mu kwagala eri abo abaamujerega n'okumukomerera. Teyalina nsobi yonna wadde ebbala, naye baamukomerera olw'abantu ab'onoonyi. Mukama waffe yawaayo okwagala okw'okwewaayo eri abantu bonna era ayagala buli omu okwagala munne. N'olwekyo, tulina okufuna okwagala okw'ekika kino okuva eri Mukama, ate era tetulina kubeera nga tulinayo kyetusuubira bwe tuba nga twagalira ddala abalala.

Olw'okuba manyi okwagala kwa Mukama okw'ekika kino, sikyawangako oba okwagaliza ekikolimo okugwa ku muntu yenna wadde nga ndiriddwamu enkwe emirundi mingi. Wadde abo abaali bafunye ekisa bava mu kanisa, n'ebanjogerako bubi, ne batandika okunkolezaako eng'ambo, era n'ebeeyisa bubi ddala, n'asigala mbagala era n'embasabiranga bulijjo.

Bwe n'ayambanga abeetaaga, saakikolanga nga ninayo kye nsuubira. N'awaangayo mu obudde bwange, amaanyi, n'ensimbi n'okwagala okutuufu wamu n'okusaasira abo abali mu bwetaavu, nga sirina kwegomba kwonna nti oba n'amanyibwa oba ekintu ekirala kyonna .

Mu ngeri y'emu, okujjako nga tuwaddeyo obulamu bwaffe awatali kakwakkulizo konna ne tuwaayo nga tetulowooza ku binadda bitya, lwe tusobola okugabana okwagala okutuufu nga kino amayinja ga kalukedoni kye gategeeza. Olw'okuba Yesu yalina ekika ky'okwagala kino n'omutima ogwewaayo, Yayagala ne Yuda esukarioti okutuuka kunkomerera, wadde nga yali akimanyi nti Yuda yalina okumulyamu olukwe.

### Firipo yafuna amaanyi ga Katonda n'okwagala okwokwewaayo

Eky'okulabirako ekituukira obulungi ku kino mu Baibuli kye ky'omusajja eyalina okwagala okutasuubira kintu kyonna mu ngeri ey'okusasulwa era okwokwewaayo okwo amayinja aga kalukedoni kye gategeeza nga ye Firipo. Ebikolwa by'abatume 8:5-8 watuwa ennyinyonyola enzijjuvu eya Firipo:

Firipo N'aserengeta mu kibuga eky'e Samaliya, n'ababuulira Kristo. Ebibiina ne biwulira n'omwoyo gumu ebigambo Firipo by'ayogedde, bwe baawulira ne balaba ebyamagero bye yakolanga. Kubanga bangi ku abaaliko dayimooni, ne babavangako nga bakaaba n'eddoboozi ddene, ne bawonanga bangi abaali balwadde okukoozimba n'abalema, Essanyu lingi ne libeera mu kibuga omwo.

Mu biseera by'ekanisa ezasooka, Firipo yakola obubonero n'ebyamagero mu bantu wadde yali Dinkoni kyokka. Amaanyi gano gaali gasobola kuva wa Katonda waggulu ne gaweebwa abo abatukuvu ababa begyeeko ebibi byabwe byonna, nga batuukirizza okwagala n'obutuukirivu mu mitima gyabwe, era nga bagondera okwagala Kwe mu ngeri yonna.

Olwo, Firipo yafuna atya amaanyi ga Katonda? Ebikolwa by'abatume 8:26-40 watuyitiramu embeera malayika wa Mukama mweyagambira Firipo nti "Golokoka, ogende obukiika obwa ddyo okutuuka mu kkubo eriserengeta okuva e

Yerusalemi okutuuka e ggaaza" (olu. 26). Yagonderawo ekiragiro awatali kulowooza kintu kirala kyonna ekikye. N'asisinkana omuwesiyopya omulaawe nga Katonda bwe yali akiteeseteese, era n'amuzuukusa n'obubaka obw'amaanyi, obwamukyusa era n'abatizibwa. Era ekyavaamu omulaawe ono n'addayo mu nsi ye n'atambuza enjiri. Mu ngeri y'emu, Firipo yasobola okuwulira eddoboozi ly'Omwoyo Omutukuvu kubanga yali yeegyeko ebibi bye byonna mu mutima gwe era n'atukiriza okwagala n'obutuukirivu bwa Katonda. Yensonga lwaki Firipo yasobola okulaga amaanyi ga Katonda ag'amaanyi wadde yali bubeezi mudinkoni.

Era, olwa Firipo, n'ab'omu maka ge n'abo baabala ebibala ebirungi nga baagala nnyo Katonda. Ebikola by'abatume 21:9 watugamba, "Naye oyo yalina abawala bana abatamanyi musajja abaalagulanga." Tusobola okumanya nti Omwoyo Omutukuvu bulijjo yakulemberanga Firipo n'ab'omu maka ge bonna.

Naffe tulina okufuna amaanyi ga Katonda n'okwagala okutalina kyekusuubira era okwokkwewaayo, ne tutuukiriza obwakabaka Bwe n'obutuukirivu mu maanyi amangi, era n'etugulumiza Katonda obutakoma

## 4. Nnawandagala: Obutuukirivu n'obuyonjo

Nawandagala, gwe musingi ogw'okuna ogw'ebisenge bya Yerusaalemi Empya, Amayinja gano ga kiragala era nga gayimirirawo okulaga obulungi n'obugonvu obwakiragala obulaga obutonde. Nawandagala, geegasooka okukozesebwanga ng'ebyokuwunda mu byafaayo by'omuntu, era mu by'omwoyo gategeeza obutuukirivu n'obuyonjo era ng'agayiirirawo ku lw'ekibala ky'omusana.

Kubanga ebibala by'omusana biri mu bulungi bwonna n'obutuukirivu n'amazima (Abaefeso 5:9).

"Obutuukirivu " Katonda bw'asiima kwe kusuula eri buli kibi kyonna, ng'ogondera amateeka gonna mu bujjuvu nga bwe gali mu Baibuli, ng'omuntu yeetukuza eri buli kika ky'obutali butuukirivu bwonna, omuntu ng'aba mwesiga mu bulamu bwe bwonna, n'ebiringa ebyo. N'okunoonya obwakabaka bwa Katonda n'obutuukirivu ng'ogoberera okwagala kwa Katonda, obutereevu, n'empisa ez'obuntu bulamu, Nga towaba kuva ku bwenkanya, ng'onywerera ku bituufu, n'ebyo byonna "eby'obutuukirivu" ebikirizibwa Katonda.

Ne bwetuba bagonvu era abalungi okwenkana ki, tetujja kubala bibala bya musana okujjako nga tuli batuukirivu. Katugambe omuntu agudde kitaawo mu bulago nga bwamuvumavuma wadde nga talina kyakoze. Bw'osirika n'otunula butunuzi nga kitaawo abonaabona, tetusobola ku kiyiti obutuukirivu obutuufu; ojja kuba tobalibwa kuba nti otuukiriza buvunaanyizibwa bwo ng'omwana eri kitaawo.

N'olwekyo, obulungi awatali butuukirivu tebuba "bulungi" bwa mwoyo mu maaso ga Katonda. Emmeeme etasalawo ku kyokukola obulungi ebeera etya ennungi? Kyokka, n'obutuukirivu obutaliimu bulungi tebusobola kuba "butuukirivu" mu maaso ga Katonda okujjako mu maaso g'omuntu oyo yennyini.

### Obutuukirivu n'obuyonjo bwa Daudi

Yowaabu, omudduumizi w'eggye lya Kabaka Daudi, yazza Abuneeri, eyali azze okuketa n'amufumita ekiso olw'okuba Abneeri yali asse muganda we omuto Asakeri mu lutalo olwali e Gibyoni (2 Samwiri 3:22-30). Yowaabu yakola ekibi ky'obutemu n'obutuukirivu bwe ye olw'okuwoolera okufa kwa muganda we. Era, wadde Daudi yalagira Yowaabu obutatta mutabani we Abusaalomu eyali alidde mu kabaka olukwe ng'twala entebe ye, Yowaabu yatta bubi Abusaalomu ng'agoberera obutuukirivu bwe ye (2 Samwiri 18:9-15). Yowaabu teyakola nga obutuukirivu bwa Katonda bwe bulagira kubanga yali yabulwa obulungi mu mutima gwe.

Kyokka, Kabaka Daudi, eyalina omutima omulungi, yakaabira omwana we bwe yafa wadde nga mutabani we yali amuliddemu olukwe era nagezaako n'okutta Daudi yennyini (2 Samwiri 18:33). Daudi teyakola kintu kyonna ng'asinziira kubutuukirivu bwe ye, wabula okusinziira ku bulungi mu buli kimu. Era, bwe yali nga tannafuuka Kabaka, Daudi yali mu mbeera ng'asobola okutta kabaka Saulo emirundi ebiri, eyali agezaako okutta Daudi. Wabula, teyakigezaako wadde n'omulundi n'ogumu okweyisa mu ngeri etali ntuufu (1 Samwiri 24:4; 26:8-12).

### Okubala ebibala eby'omusana

Katonda ayagala tube n'obulungi wamu n'obutuukirivu nga Daudi. Kyokka essaawa y'emu, Katonda ayagala tukuze obulungi n'obutuukirivu okutuuka nga tubaze ebibala eby'omusana mu mazima.

Amazima tegalimba oba okukyuka mu mbeera yonna wabula gakuuma ekisuubizo. Olw'okuba Daudi yayagala

Yonasaani omwana wa kabaka Saulo, n'omutima gwe gwonna, kitaawe bwe yamala okufa, yanoonya mutabani wa Yonasaani yonna gye yali, n'amuddiza ettaka lye, era n'amukkirizanga okulya naye ku mmeeza ya Kabaka (2 Samwiiri 9:7). Dawudi yatuukiriza obulungi n'obutuukirivu mu mutima gwe n'amazima agatakyukakyuka.

Olw'okuba nga manyi okwagala kwa Katonda kuno okuva ku ntobo y'omutima gwange, nkyaweereza abantu bangi benafunako omukisa, era endowooza yange terukyuka okutuuka nga Mukama akomyewo. Mu bantu ng'abo, neebaza nnyo abo abantwala eri okutegeera Katonda, abo abannyamba okukuza okukkiriza kwange, era siryerabira kisa kyabwe.

Mu ngeri y'emu, tusobola okubala ebibala eby'omusana mu bungi omuli eby'obulungi mu byonna, obutuukirivu, n'amazima singa emitima gyaffe bwe gitakyukakyuka. N'olwekyo, nawandagala, omusingi ogw'okuna, guyimirirawo ku lw'ebibala eby'omusana era amayinja gano gavaamu langi ey'obutuukirivu obwo obusanyusa Katonda.

## 5. Sadonukisi: Obwesigwa obw'omwoyo

Sadonukisi, omusingi ogw'okutaano ogw'ebisenge bya Yerusaalemui Empya, mu by'omwoyo guyimirirawo okulaga obwesigwa. Wano, "obwesigwa" tekitegeeza kutuukiriza buvunaanyizibwa obukuweebwa Katonda bwokka, wabula n'okutuukiriza buli kimu nga bwe tusobola n'okukola ekyo ekisingayo awatali kwenafuya mu buli mulimu gwonna ogutuweereddwa. Kyokka, omuntu okutuukiriza obuvunaanyizibwa bwe ng'omwami, omukyala, oba omwana okwo tekuyitibwa "kuba mwesigwa" kubanga obuvunaanyizibwa ng'obwo bukulu nnyo mu byonna. N'okukola omulimu omulungi nga omukozi gwe basasula n'akwo tekubalibwa mu "kuba omwesigwa."

### Nga Musa eyali omwesigwa mu byonna mu nnyumba ya Katonda

Obwesigwa nga Katonda bwa bulaba kwe kutuukiriza obuvunaanyizibwa bwaffe n'omutima gwaffe gwonna, ebirowoozo, amaanyi, n'obulamu n'okuba omwesigwa mu byonna mu nnyumba ya Katonda mu bifo bye tubaamu. Okuba omwesigwa, tulina okuba abatuukirivu kubanga tetuyinza kuwaayo bulamu bwaffe awatali mitima mituukirivu.

Musa yali nnabbi ayagalwa Katonda okutuuka okuba nti Katonda yayogera naye maaso ku maaso. Musa yatuukiriza obuvunaanyizibwa bwe bwonna mu bujjuvu okusobola okutuukiriza ebintu Katonda bye yali alagidde, si kulowooza nnyo ku buzibu bwe ye. Abaana ba Israeri babeeranga beemulugunya n'okujeema buli lwe baafunangamu obuzibuzibu wadde nga baali balabye n'okuyita mu byewunyisa n'obubonero bwa Katonda, naye Musa yabakulembera mu kukkiriza n'okwagala. Ne Katonda ne bwe yanyiigiranga abaana ba Israeri olw'ebibi byabwe, Musa teyabalekerera wabula n'abegayiririrako okubasonyiwa. Olwo Musa n'adda eri Mukama, n'ayogera bwati:

Woo, abantu abo bayonoonye ekyonoono ekinene, ne beekolera bakatonda aba zaabu, Naye kaakano, bw'onoosonyiwa ekyonoono kyabwe, naye bw'otoobasonyiwe osangule nze, nkwegayiridde, mu kitabo kyo kye wawandiika! (Okuva 32:31-32)

Yasiiba ku lw'abantu, n'ateeka obulamu bwe mu katyabaga, era yali mwesigwa okusinga ne Katonda kye yali amusuubiramu. Yensonga lwaki Katonda yakakasa Musa, ng'agamba, "Oyo mwesigwa mu nnyumba yange yonna" (Okubala 12:7).

Okwagala Katonda n'emitima gyaffe gyonna kwe kuwaayo emitima gyaffe gyonna. Tetulina ku mwagala na mitima gya kitundu tulina okuba nga twanguyirwa okumuwa ebitundu by'emitima gyaffe byonna; tulina okumwagala n'ebitundu by'emitima gyaffe bye tutasobola kwanguyirwa kuwaayo. Kye kimu, ne bwetufuula emitima gyaffe egituukiridde, ne tutuukiriza obuvunaanyizibwa bwaffe n'obusobozi bwaffe bwonna, nga tukola n'omutima gwa Yesu Kristo, tujja kuba nga tusobola okuba ab'esigwa mu byonna mu nyumba ya Katonda.

### Okuba omwesigwa okutuuka ku ssa ly'okufa

Era, obwesigwa obwo sadonokisi bwategeeza kwe kuba omwesigwa okutuuka ne ku ssa ery'okufa nga bwe kyawandiikibwa mu Kubikkulirwa 2:10. Nga kino kisoboka singa tuba twagadde Katonda okusooka. Kwe kuwaayo obudde bwaffe bwonna n'esente, n'obulamu n'okukola ebyo ebisinga ku byetuweereddwa okukola n'emitima gyaffe gyonna n'ebirowoozo.

Edda, walingawo abawi bamagezi abaayambanga kabaka era nga beesigwa eri eggwanga lyabwe, okutuuka ne ku ssa ery'okuwaayo obulamu bwabwe. Kabaka bwe yabeeranga omusibira mu bbwa, abo abawi bamagezi abatuufu baamuwanga amagezi okukyusaamu okukwata ekkubo etuufu, era nga kino ne bwe kyalinga kisobola okutwaza obulamu bwabwe. Baalinga basobola okuwang'angusibwa oba okuttibwa, naye baalinga beesigwa kubanga bayagalanga kabaka waabwe ne ggwanga wadde ng'okwagala okwo kw'abanga kusobola okutwala obulamu bwabwe.

Tulina okwagala Katonda okusooka, tukola ebisinga kw'ebyo byatusuubiramu, nga abawi bamagezi abo bwe baakolanga nga bawaayo obulamu bwabwe ku lwe ggwanga, n'engeri Musa gye yabeeramu omwesigwa mu byonna mu nnyumba ya Katonda okusobola okutuukiriza obwakabaka bwa Katonda n'obutuukirivu, tulina okwetukuza mangu n'okubeera abesigwa mu ngeri zonna mu bulamu bwaffe tusobole okuba n'ebisaanyizo okuyingira Yerusaalemi Empya.

## 6. Sadiyo: Okwagala ennyo

Sadiyo g'aba ga kasaayi omukwafu nga endabika yaago etangalijja ng'era gayimirirawo ku lw'omusana ppereketya. Gwe musingi ogw'omukaaga ogw'ebisenge bya Yerusaalemi Empya era nga mu by'omwoyo gategeeza okwaka, okuyayaana, n'okwagala okwamaanyi okw'okumaliriza ebyo eby'obwakabaka bwa Katonda n'obutuukirivu. Gwe mutima ogw'okutuukiriza n'obwesigwa obuvunaanyizibwa n'emirimu ebikuweereddwa n'amaanyi gaffe gonna.

### Emitendera egy'enjawulo egy'okwagala okw'amaanyi

Waliwo emitendera gy'okwagala mingi era okutwaliza awamu, okwagala kusobola okwawulibwamu emirundi ebiri, okwagala okw'omwoyo, n'okwagala okw'omubiri. Okwagala okw'omwoyo tekukyukakyu kubanga kuweebwa okuva eri Katonda, naye okwagala okw'omubiri kukyukakyuka mangu era ng'ekisinga okukireeta kubanga kweyagaliza kwokka.

Si nsonga, okwagala kw'abantu ab'ensi ne bwe kuba kwa ddala okwenkana wa, tekusobola kubeera kwagala okw'omwoyo, nga kwe kwagala kwa Mukama era nga kuyinza kufunibwa mu mazima gokka. Era, tetusobola kuba na kwagala okw'omwoyo nga twakalaba ekkubo ery'amazima. Tukufuna nga tumaze kufaanana mutima gwa Mukama.

Olina okwagala okwe kika kino? Osobola okwekebera ng'olabira ku nnyinnyonyola y'okwagala okw'omwoyo okusangibwa mu 1 Bakkolinso 13:4-7.

Okwagala kugumiikiriza, kulina ekisa, okwagala tekuba na buggya, okwagala tekwekulumbaza, tekwegulumiza, tekukola bitasaana tekunoonya byakwo, tekunyiiga, tekusiba bubi ku mwoyo, tekusanyukira bitali bya butuukirivu naye kusanyukira wamu n'amazima, kugumiikiriza byonna

Eky'okulabirako, bwetuba bagumiikiriza naye nga tweyagaliza ffekka, oba nga si kyangu kutunyiiza naye ng'oyogera bubi, tuba tetunabeera na kwagala okw'omwoyo okwo Paulo kwawadiikako; tetulina kubulwako wadde kimu tusobole okufuna okwagala okw'owoyo.

Ku ludda olumu, bw'oba ng'okyawulira ng'owubaala oba ng'owulira ng'atalina makulu wadde olowooza nti olina okwagala okw'omwoyo, obeera tokulina kubanga obadde osuubira okubaako ky'ofuna naye nga tokigenderera. Omutima gwo guba tegunnajjula mazima ag'okwagala okw'omwoyo mu bujjuvu.

Ku ludda olumu, bw'ojjuzibwa okwagala okw'omwoyo,

tosobola kuwulira ng'owubaala oba ng'atalina kyolina, naye bulijjo ojja kubanga musanyufu, era nga weebaza. Okwagala okw'omwoyo kusanyukira mu kugaba: gy'okoma okugaba, gy'okoma n'okuwulira obulungi wamu n'okusanyuka.

### Okwagala okw'omwoyo kusanyukira mu kugaba

Abaruumi 5:8 watugamba nti, "Naye Katonda atenderezesa okwagala kwbe ye gye tuli kubanga bwe twali nga tukyalina ebibi, kristo n'atufiiririra."

Kaatonda ayagala Yesu, Omwana We omu yekka, amwagala nnyo kubanga Yesu ge mazima gennyini agafaanana Katonda yennyini. Kyokka, yawaayo omwana We omu yekka ng'omutango. Okwagala kwa Katonda nga Kunene ate kulungi nnyo!

Katonda yalaga engeri gya twagalamu ng'awaayo omwana We omu yekka. Yensonga lwaki mu 1 Yokaana 4:16 wasoma nti, "Nate twategeera era twakkiriza okwagala Katonda kwalina gye tuli. Katonda kwagala, n'oyo abeera mu kwagala abeera mu Katonda, ne Katonda abeera mu ye."

Okusobola okuyingira mu Yerusaalemi Empya, tuba tulina okuba n'okwagala kwa Katonda okwo mwe tuyinza okuwaayo obulamu bwaffe, okwo okusanyukira mu kugaba tusobole okuba n'obujjulizi obukakasa obulamu bwaffe mu Katonda.

### Okwagala okw'Amaanyi okw'omutume Paulo eri emyoyo

Omutume Paulo kya kulabirako kirungi mu Baibuli, oyo eyagatta okuyaayaana kwe n'okwagala nga bye bisaanyizo eby'okufuna okwagala okw'amaanyi. Paulo yayogera mu

Baruumi 9:3, "Kubanga nandyagadde nze mwene okukolimirwa Kristo olwa baganda bange ab'ekika kyange mu mubiri." Wano, "baganda bange" kitegeeza abaana ba Israeri, abantu ba Katonda abalonde.

Olw'okuba Paulo yalina okwagala okw'omwoyo, yali asobola okwogera nti yali asobola n'okugenda mu geyeena bwe kiba ng'ekyo kye kyanditaasizza abantu ba Katonda. Mu ngeri y'emu, obutayagala kusasulwa mu ngeri yonna okutuuka ne ku ssa ly'okuwaayo obulamu bwaffe kwe kwagala okw'omwoyo okuweebwa Katonda. Okwagala okw'omwoyo tekukyukakyuka era kuba kweyongera kukula buli kiseera lwe kiyitawo. Tekukyukakyuka kubanga tekwenoonyeza byakwo wabula kunoonya ebyo ebiganyula abalala.

N'olwekyo, tulina okusuula eri okwagala okw'omubiri era tufube okufuna okwagala okw'omwoyo okwa Katonda, oyo eyawaayo omwana We omu yekka, n'okwo okwa Mukama eyagonda n'awaayo obulamu Bwe. Mpa omukisa mu linnya lya Mukama nti ojja kusobola okulokola emyoyo mingi nnyo n'okwagala okwamaanyi okulagibwa mu sadiyo ng'omutume Paulo, okusobola okuyingira Yerusaalemi Empya.

## 7. Kerusoliso: Okusaasira

Kerusoliso, omusingi ogw'omusanvu ogw'ebisenge bya Yerusaalemi Empya, mayinja agatangalijja oba agatatangalijja nnyo agavaamu langi eya kyenvu, kiragala, bbululu, pinka oba olumu galabika nga agatangalijja ddala.

Kerusoliso ategeeza ki mu by'omwoyo? Ayimirirawo ku lw'okusaasira mu mazima, okwo okusobola okusonyiwa n'abo abatosobola kutegeerebwa wadde okusonyiyibwa. Gwe mutima gwa Yesu Kristo ogwo ogutakyawa wadde okuwalana omuntu yenna, wabula gutegeera, ne gugumiikiriza, era ne gusaasira buli muntu. Okusaasira kwe kukyawa ekibi naye so si okukyawa omuntu ekibi mwe kisangibwa; kutegeera era n'ekulaga ekisa.

### Omutima ogusobola okusonyiwa buli kimu mu mazima

Wadde Yesu yakimanya nti Yuda Esukaliyooti yali waakumulyamu olukwe, teyakyawa Yuda wabula yamwagala okutuuka ku nkomerero. Era, wadde Yesu yali akomereddwa nga talina kibi kyonna, teyakyawa muntu yenna wabula n'asabira abo bonna abaali bamusalidde omusango okusonyiyibwa.

Ye ate Stefano? Abantu ababi ne bwe baali bamukuba amayinja ag'amutta, yafukamira n'asaba Katonda mu kwagala era n'asaba basonyiyibwe. Leero, abantu bangi banguwa okusonga engalo nga bakolokota n'okukyawa omuntu bwakola ensobi oba n'akola ekibi. Kyokka, abo abalina emitima emisaasizi bajja kusaasira omuntu oyo buli omu gwali mu kukolokota ne bamuyisa bulungi n'okumubudabuda wamu n'okumuzzaamu amaanyi.

Olw'okuba Daudi yali musajja ow'omutima omusaasizi, teyatta Kabaka Saulo na mikono gye, wadde yali akimanyi nti Katonda yali takyali ne kabaka oyo. Kabaka Saulo bwe yafa, tusoma nti Daudi yayuzayuza engoye ze, n'akungubaga, era n'asiiba. Ekikolwa kino ekirungi kyava ku mutima omusaasizi ogwa Mukama oyo asaasira n'abalabe be bonna.

### Tulina okumenyamenya eky'okweyita abatuukirivu

Olwo, lwaki abantu bangi tebaba na kusaasira? Kino kiba

bwe kityo lwakuba bangi ku bbo beeyagaliza bokka era beeyita batuukirivu, ng'abajjudde emyoyo egikyamye, ekitegeeza nti bbo baba batuufu bulijjo mu buli kimu.

Katugambe nti olina edduuka. Olina kuba na mutima ki singa edduuka erikulinaanye litunda okukusinga? Bwe weemulugunya ng'ogamba, "Ye lwaki edduuka eryo litunda nnyo? Singa livaawo n'eridda awalala," Tosobola kugambibwa nti olina omutima omulungi era omusaasizi.

Olwo, olina, kukola ki okuba n'omutima omusaasizi?

Olina okusuula eri okweyagaliza wekka, okwo okukugamba nti edduuka lyo lirina okutunda okusinga erya mulirwana wo (oyo bwe muvuganya). Olina n'okumenyamenya enkula y'ebirowoozo byo oyige ebintu ebirungi okuva ku dduuka lya mulirwana wo amadduuka gano gombi gasobole okutunda obulungi. Bw'oba ng'oyagala balirwana bo, ng'olina omutima omusaasizi, n'okusanyuka n'abalala, era ng'olina omutima omulungi ogwo ogwagala abalala n'abo okuba-obulungi, mazima ojja kuweebwa omukisa ogw'amaanyi awatali kubuusabuusa kwonna kubanga Katonda ajja ku kuyiwako okwagala Kwe n'emikisa.

Ng'omusumba, mba musanyufu nnyo okulaba oba okuwulira ekanisa ekula n'amaanyi, ekanisa yange ne bw'eba tekulira ku misinde mingi nga yo. Nsabira ekanisa eyo n'omutima gwange gwonna, nga nsaba Katonda nti, "Ke kanisa za Katonda zikule n'amaanyi n'abasumba bongera okwagalibwa Gwe." Emyoyo emingi bwe girokolebwa okuyyita mu kanisa endala n'obwakabaka bwa Katonda n'obutuukirivu ne butuukirizibwa, Katonda ekyo kiba kimusanyusa. Yensonga lwaki mbeera nsanyuka nga ninga nze addiza Katonda ekitiibwa.

Mu ngeri y'emu, okujjako nga tusudde eri okweyagaliza ffekka n'okweyita abatuukirivu, n'otandika okutegeera abalala, lw'osobola okufuna omutima omusaasizi.

### Okusaasira okw'omubiri n'okusaasira Okw'omwoyo

Wabula, okugaba buli kimu awatali kakkwakulizo konna, kwonna tekuyinza kuyitibwa "kusaasira." Olumu tugyawo emikisa okusobozesa abalala okwetengerera ku lwabwe, oba okubawabya okuyita mu bikolwa ebitakwatagana n'amakubo amatuufu mu maaso ga Katonda.

Abazadde bwe bakuuma nnyo abaana baabwe, baba bajja kwonooneka era batandike okwerariikiriza abantu b'omu bitundu byabwe. Abazadde bwe bakola buli kintu abaana baabwe kye baagala okuva nga bakyali bato ddala, banaavaamu batya? Bajja kuba tebalina kye basobola, nga buli ssaawa banoonya engeri gye bayinza okwesigama ku bazadde baabwe mu buli kimu, oba ne bawaganyala nga beemulugunya okuba nti tebasobola ku kola buli kimu nga bwe baagala.

Era, okuyamba omuntu omunafu ennyo okukola wadde nga mulamu bulungi, oba okuyamba omuntu ayavuwadde olw'okunywa ennyo oba okuzannya zaala tekibeera kituufu mu maaso ga Katonda, era kuno tekuyinza kuyitibwa kusaasira. Okuyamba abantu bwe batyo kuba nga kweyitira buzibu bulala: kijja kuba kibafuula abatalina kye basobolera ddala kwekolera okubezaawo obulamu bwabwe.

Kyokka, tulina okuyamba, n'emitima emisaasizi, abo bonna abalwanyisa obwavu olw'endwadde oba abo abakyalemedde mu bwavu wadde nga baba bafubye nga bwe basobola okubuvaamu.

Olwo, tulina kukolera ki omuntu ali mu kuyita mu kugezesebwa olw'obujeemu bwe eri ekigambo kya Katonda?

Nnabbi Yona yajeemera okwagala kwa Katonda okw'okulokola abantu be Nineevi era n'addukira e Talusiisi, wabula n'asisinkana omuyaga ogw'amaanyi. Abantu abaali batambulira ku lyato Yona kwe yali bwe baakitegeera nti omuyaga gwali guva ku bujeemu bwa Yona, baalina okumusuula mu nnyanja. Kyokka, abaali batambulira ku lyato wadde baali bagala okuyamba Yona mu kusaasira okw'omubiri, era ne baasisinkana obuzibu obwamaanyi. Baafiirwa eby'obugagga bwabwe byonna mu muyaga ogw'amanyi kubanga baali bayambye Yona, eyali ajeemedde Katonda (Yona 1).

Okuyamba Yona tekyali kikolwa kya busaasizi wabula kwalinga okujemera okwagala kwa Katonda. Wabula, okuyamba abo abayita mu kugezesebwa nga kuli mu nteekateeka ya Katonda kikolwa kya busaasizi era Katonda ajja kukuwa emikisa. Eky'okulabirako, abo abaagoberera Daudi bwe yali ng'ayiganyizibwa ng'era kiri mu nteekateeka ya Katonda baafuuka abaweereza ba Daudi abeesigwa era ne bafuna ebitiibwa mu maaso ga Katonda. N'olwekyo, nga tetunalaga kusaasira kwaffe, tulina okusooka okulowooza oba ng'ekikolwa kyaffe kituufu mu maaso ga Katonda.

### Omutima omusaasizi ogwaniriza buli kimu

Olwo, enjawulo wakati w'okwagala n'okusaasira eri ki?

Okwagala okw'omwoyo ye muntu okwewaayo nga teyeenonyeza bibye oba okubaako kyafunamu, era nga tayagala kintu kyonna kumusasulwa, wabula kwo okusaasira okusinga kwe kubira nnyo ku kusonyiwa n'obugumiikiriza. Kwe kugamba, okuba n'omutima omusaasizi kwe kuba ng'otegeera era nga tokyawa n'abo abantu abatasobola kutegeerebwa wadde abatasobola kwagalibwa. Okusaasira tekukyawa wadde okusekerera omuntu yenna wabula okumuzaamu amaanyi n'okumubudaabuda. Bw'oba n'omutima ogw'ekika kino omusanyufu, tojja kusonga nnwe mu nsobi z'abantu abalala ne webalemereddwa wabula ojja kubaaniriza osobole okuba n'enkolagana ennungi n'abo.

Olwo, abantu ababi tulina kubayisa tutya? Tulina okujjukira nti naffe olumu twaliko ababi, naye ne tujja eri Katonda kubanga waliwo omuntu eyatukulembera eri amazima mu kwagala n'okusonyiwa.

Era, bwe tusanga omuntu alimba, tutera okwerabira nti naffe twaliko abalimba nga twenoonyeza ebyaffe bwe twali nga tetunakkiriza Katonda. Mu kifo ky'okwewala abantu ng'abo, tulina okusaasira abantu abo, basobole okuva mu mbeera zaabwe embi. Okujjako nga tutegeera era ne tukulembera abantu bano mu bugumiikiriza n'okwagala, lwe basobola okukyuka ne bajja eri amazima okutuuka lwe bategeera amazima. Mu ngeri y'emu, okusaasira kwe kuyisa buli omu ekyenkanyi awatali kusosola kwonna, awatali kuwuliza bubi muntu, era n'okugezaako okutegeera buli kimu mu ngeri ennungi wadde okyagala oba nedda.

N'olwekyo, mbakubiriza okubala ebibala eby'okusaasira ebyo amayinja ga Kerusoliso, omusingi ogw'omusanvu ogw'ebisenge bya Yerusaalemi Empya, kye gategeeza.

## 8. Berulo: Obugumiikiriza

Berulo, omusingi ogw'omunaana ogw'ebisenge bya Yerusaalemi Empya, gulina amayinja aga langi eya bbululu oba kiragala omukwafu era nga etujjukiza ennyanja ey'alangi eya bbululu. Berulo mu by'omwoyo gategeeza ki? Gayimirirawo okulaga obugumiikiriza mu buli kimu mu kutuukiriza obwakabaka bwa Katonda n'obutuukirivu Bwe. Berulo gayimirirawo ku lw'okwagala okugumira embeera, n'eri abo abakuyigganya, abakukolimira, n'abatakwagala, n'otabakyawa, okuyomba n'abo wadde okulwanagana n'abo.

Yakobo 5:10 watukubiriza bwe wati: "Mutwale eky'okulabirako, ab'oluganda eky'okubonyaabonyezebwa n'okugumiikiriza, bannabbi abaayogereranga mu linnya lya Mukama." Tusobola okukyusa abalala bwe tubeera abagumiikiriza gye bali.

### Obugumiikiriza ng'ekibala eky'Omwoyo Omutukuvu n'ekyo eky'okwagala

Tusobola okusoma ku bugumiikiriza ng'ekimu ku bibala omwenda eby'Omwoyo Omutukuvu mu Bagalatiya 5, era ng'ekibala eky'okwagala mu 1 Bakkolinso 13. Waliwo enjawulo wakati w'obugumiikiriza ng'ekibala eky'Omwoyo Omutukuvu n'obugumiikiriza ng'ekibala ky'okwagala?

Ku ludda olumu, obugumiikiriza mu kwagala baba bategeeza obugumiikiriza obwetaagibwa omuntu okusobola okugumira ebizibu byayitamu, gamba nga okuba omugumiikiriza n'abo abantu abakuvuma oba n'ebizibu ebingi by'oyinza okuba ng'oyitamu mu bulamu. Kyokka ng'ate bwo obugumiikiriza ng'ekibala ky'Omwoyo Omutukuvu kitegeeza okugumiikiriza mu mazima n'obugumiikiriza mu maaso ga Katonda mu buli kimu. N'olwekyo, obugumiikiriza ng'ekibala eky'Omwoyo Omutukuvu kirina amakulu mangi ko, omuli obugumiikiriza mu nsonga ezikwata ku bulamu bwo bwennyini ne mu nsonga ezikwata ku bwakabaka bwa Katonda n'obutuukirivu Bwe.

### Ebika eby'enjawulo eby'obugumiikiriza mu mazima

Obugumiikiriza busobola okwawulwamu engeri za mirundi esatu, esooka bwe bugumiikiriza wakati wa Katonda n'abantu. Ng'omulimi bwasiga n'alabirira ebirime bye n'obugumiikiriza okusobola okufuna amakungula amalungi, tulina okuba abagumiikiriza mu kwegyako eby'o ebizaala obubi n'okufuna embala ez'omwoyo.

Kye kimu n'okufuna eby'okuddibwamu eri esala zaffe. Bwe tukaabirira Katonda, tulina okulindirira okuddamu Kwe n'obugumiikiriza. Obudde obuyitawo nga tonnafuna kuddibwamu kwo, bwa njawulo nga bw'olaba Katonda bwagaba enkuba mu biseera eby'ebbugumu n'enkuba mu biseera eby'obutiti. N'olwekyo tetulina kubivaako, tulina okusigala nga tusaba okutuusa lwe tufuna eky'okuddibwamu.

Eky'okubiri, waliwo obugumiikiriza wakati w'abantu. Nga wano baba boogera ku bugumiikiriza obw'abantu obwo mwetwetegeerera, ne tusanyukira ensobi z'abalala n'ebitatuuse, n'okusonyiwa n'okwanguyira abalala mu nkolagana z'abantu eza buli kika. Eky'okulabirako, abantu bwe bakuweerekereza ebivumo n'okukuyigganya ng'obabuulira enjiri, abasing ku mmwe mubivaako era ne mugezaako n'okubeekutulako. Kyokka, bw'olaga obugumiikiriza bwo n'osigala ng'obabuulira enjiri nga kw'osizza okusaba n'okwagala, Katonda ajja kukola byonna biveemu bulungi. Mu bufunza, okuba ng'osobola okuba omugumiikiriza n'abo abakukasukira ebivumo n'okukuyigganya bwe bugumiikiriza wakati w'abantu.

Eky'okusatu, waliwo obugumiikiriza okusobola okukyusa omutima gw'omuntu. Tutera okukiraba nti obubi gye bweyongera okubeera mu mitima gyaffe, naffe okuba abagumiikiriza gye kyeyongera okuba ekizibu . Ffe okusobola okukyusibwa okufuuka abantu ba Katonda, tulina okukyusa emitima gyaffe okufuuka egy'omwoyo era emigumiikiriza.

Wabula, abantu balina engeri ez'enjawulo mwe babeerera abagumiikiriza. Abamu bagezaako okugumiikiriza wabula nga bwe baluma amannyo; abalala bagezaako obusungu okubukuumira muli munda; ate abalala ne bavuma ebintu ng'omwenge mukusuubira nti bajja kwerabira ebizibu. Abalala basirika busirisi okumala ekiseera ekinene, Kyokka abalala babeera mu kubuna bifo nga badda eno n'eri nga bagezaako okuzuula eky'okuddamu, abantu bano bonna bagezaako okuba abagumiikiriza eri ebigendererwa by'obubi mu mitima gyabwe.

Nga bwe tutera okwesanga nga tugezaako okugumiikiriza mu bubi, tulina okukitegeera nti tulina eby'omubiri bingi ebituuviirako obubi mu mitima gyaffe, era olina okwekebera "eby'omubiri ebiri mu ggwe" ebize bikolebwa mu gatali mazima bye tubadde tukuza munda mu ffe. Singa twali tetulina bubi bwonna mu ffe, ekigambo "obugumiikiriza" kyendibadde tekyetaagisa. Mu ngeri y'emu, singa twali tulina kwagala kwokka, okusonyiwa, n'okutegeera, tewandibadde kifo kya "bugumiikiriza."

N'olwekyo, Katonda atugamba okuba abagumiikiriza mu kusuula eri obubi okuva mu mitima gyaffe. Bwe bugumikiriza mu mazima okwegyako ekikula eky'obubi gamba nga obukyayi, obusungu, nga tuzaawo mu kifo kyabyo obulungi n'amazima.

**Okubalira ddala mu bujjuvu ekibala eky'obugumiikiriza**

Olwo, amakulu g'obugumiikiriza obwo amayinja ga berulo kye gategeeza mu by'omwoyo ge galiwa? Kye kika ky'obugumiikiriza nga ekigambo "obugumiikiriza" tekyetaagisa. Mazima ddala, Katonda, nga Ye yennyini bwe bulungi n'okwagala, teyeetaaga kuba mugumiikiriza. Kyokka, Atugamba nti Ye "mugumiikiriza" eri ffe, okusobola okutegeera amakulu agali mu kigambo "obugumiikiriza." Tulina okukitegeera nti ebyo ebivaako obubi gye tukoma okubigumiikiriza mu mbeera ez'enjawulo, n'obubi gye bukoma okuba obungi mu mitima gyaffe mu maaso ga Katonda.

Bwe tuba nga nga tetulina kye tulina kugumiikiriza olw'okuba tujja kuba tutuukirizza ekibala eky'obugumiikiriza, bulijjo tujja kubeeranga basanyufu, nga tuwulira ebyo byokka ebirungi okuva eno n'eri, era nga tuwulira muli tuli bawewufu mu mitima gyaffe nga gyoli nti tutambulira ku bire.

N'olwekyo, ng'omulimi bw'ayinza okukungula ebimera ebingi nga akozesezza bugumiikiriza bwokka, tulina okubala ekibala eky'obugumiikiriza mu bungi nga tuba bagumu era nga tugumira embeera zonna olwo tusobole okuyingira Yerusaalemi Empya.

# 9. Topazi: Obulungi

Topazi, omusingi ogw'omwenda ogw'ebisenge bya Yerusaalemi Empya, lye jjinja eririmu akatangalijja ne langi emyufu, n'eyo egenderera mu kyenvu okuva mu bumyufu. Olwo, amakulu ag'omwoyo ag'ejjinja topazi ge galiwa?

Topazi ayimirirawo ku lw'obulungi. Obulungi gwe mutima ogw'amazima ogwo ogw'egyako buli kika kya kibi n'obubi, era nga gunoonya amazima amalungi mu Mwoyo Omutukuvu. Gwe mutima gwa Kristo oyo atayomba oba okuleekana wabula n'eyeeyisa bulungi bwokka, era oyo eddoboozi lye teririwulirwa ku nguudo.

N'olwekyo, obulungi obulagibwa mu jjinja topazi bwe busobozi obukuwunyisa evvumbe eddungi eriva mu mutima omugonvu era omutukuvu.

**Obulungi buvaamu evvumbe eddungi eriva mu mutima omutuukirivu**

Okusinziira ku nkuluze eyitibwa Random House Dictionary ey'olulimi olungereza, "obutukuvu" ye "mbeera ey'okuba omutukuvu; nga tewesembereza kintu kyonna kikuddugaza, kikwonoona, wadde okukugattamu ekirala kyonna ekibi, n'ebiringa ebyo." Enkuluze y'emu enyonyola "obutukuvu" nga "okuba nga tewesembereza ekintu bwe mwawukana, bwe mutatuukana mutindo, oba ekyo ekikuddugaza, n'ebiringa ebyo." Wabula, Ennyinyonyola ya Katonda ey'obutukuvu "kwe kulaga obugonvu n'ebikolwa."

Eby'okulabirako by'abantu abalina emitima emitukuvu abasangibwa mu Baibuli mwe muli Ibulayimu, Yobu, ne Namani. Ne mu nsi munno, abo abalina ebikolwa ebirungi ennyo tugamba nti "batukuvu." Kyokka, ennaku zino kizibu okusanga ebikolwa eby'obulungi okuva lwe kiri nti ensi ejjudde ebibi, era abantu balimba n'okubba banaabwe kubanga obutukuvu si bungi ensangi zino.

Wabula ne mu mbeera eno, abo abatukuvu era nga balina

emitima emirungi era nga n'embala yaabwe nnungi, tebabeera na ndowooza mbi wadde ebigambo ebibi, era baba baloongoseddwa era nga bayonjo mu bulamu bwabwe. Omuntu bwasonga mu muntu olunnwe era n'amwogerako bubi olw'okuba anyiize, tetusobola kugamba nti omuntu oyo "alina omutima omulungi."

Nga Bafiripi 2:14-15 bwe watukubiriza, "Mukolenga byonna awatali kwe mulugunya n'empaka, mulemenga okubaako kye munenyezebwa newakubadde ettima, abaana ba Katonda abatalina mabala wakati w'emirembe egyakyama emikakanyavu, gye mulabikiramu ng'ettabaaza z'omu nsi," abo abatukuvu tebeemulugunya oba okuwakana wadde bye bayitamu si birungi, era tebasasula oba okuddiza omuntu mu bubi. Buli kimu bakirowoolezaamu mu bulungi, era ne bakkiriza buli kintu mu kwefuga.

### Ebisaanyizo n'obulungi obw'omwoyo

Abantu balina ebipimo mu bulamu bwabwe ebiteekebwawo olw'ebyo bye balaba, bye bawulira, n'okuyiga okuva lwe bazaalibwa. Bino bye tuyita "ebisaanyizo." Mu ngeri y'emu, n'abantu ab'omwoyo balina ebyo kwe basaliza ebiva mu eri Omwoyo Omutukuvu, era nga kino tukiyita "obulungi obw'omwoyo." Tuba tulina okuba nga tusobola okwawula wakati w'ebisaanyizo eby'obulungi obw'omubiri okuva kw'ebyo eby'obulungi obw'omwoyo. Ebiseera ebisinga oyinza okuba ng'otera okwewunya nti, "Mazima ntambulira mu bulungi lwaki siweebwa mukisa?" Olina okulowooza ku ngeri gye weeyisizzaamu oba nga ogoberedde obulungi obw'omubiri okusinziira ku bipimo byo.

Nnayitibwanga "omuntu ayinza okwefuga awatali

mateeka." Bwe nnakkiriza Yesu Kristo n'entandika okutunula n'amazima mu ngeri obulamu bwange bwe bubadde, naswala nnyo. Ebisaanyiza byange n'ebipimo byange eby'obulungi tebyesigamanga ku butuufu. Bwe neetunulamu n'amazima, ebintu ebisinga bye nnalowoozanga, bye n'alabanga, n'okwogera bwali bubi bwereere mu kikula kyabyo, era nga n'ebisaanyizo kwe n'asinziiranga nga ndowooza bwe bulungi tebyali birungi wadde.

Abantu balina ebisaanyizo eby'enjawulo kyokka tebiyinza kuba bituufu. Kyokka, obulungi obw'omwoyo ebipimo byabwo ge mazima, n'olwekyo ebipimo bino g'aba mazima.

### Obulungi bwa Yesu

Matayo 12:19-20 watubuulira ku mutima omulungi Yesu gwe yalina:

Taliyomba so talireekaana, so tewalibwa muntu aliwulira eddoboozi lye mu ng'uudo, Olumuli olwatifu talirumenya So n'enfuuzi ezinyooka talizizikiza, Okutuusa lw'alisindika omusango okuwangula.

Ebigambo "Okutuusa lw'alisindika omusango okuwangula" bigumizza nti Yesu yakolanga bulungi bwokka n'omutima omulungi mu kukomererwa Kwe kwonna n'okuzuukira, ng'atuwa obuwanguzi n'ekisa Kye eky'obulokozi.

Olw'okuba Yesu yalina obulungi obw'omwoyo, teyanyiiza wadde okuyomba n'omuntu yenna. Buli kimu yakikkirizanga n'amagezi ag'obulungi obw'omwoyo ne bigambo ebyamazima ne bwe yasisinkananga embeera enzibu era erabika ng'etakkirizika.

Era, Yesu teyalumbaganako bantu abo abaali bagezaako okumutta wadde okugezaako okunyonyola n'okubalaga obukakafu nti teyalina musango gwonna. Buli kimu yakirekera Katonda era n'atuukiriza buli kimu n'amagezi Ge wamu n'amazima mu bulungi obw'omwoyo.

### Okufuna obulungi obwa ddala

Yakobo 1:19-20 watubuulira, "Ekyo mukimanyi, baganda bange abaagalwa. Naye buli muntu abeerenga mwangu wa kuwulira alwengawo okwogera, alwengawo okusunguwala: kubanga obusungu bw'omuntu tebukola butuukirivu bwa Katonda." Tulaba bwe kiri ekikulu okuba n'obulungi mu kutuukiriza obutuukirivu bwa Katonda. Obulungi baba boogera ku mutima omulungi, era obusungu buba bukontana n'obulungi; okusunguwala si butuukirivu era mbeera ya buggya.

Yesu abantu yabakolera birungi byokka kubanga Ye yennyini Bulungi bwennyini. Kyokka, abo abaamulinako obuggya ne bamuwaayira ebigambo mu ngeri nnyingi nga bamukolako obulabe. Yesu teyabalumbagana wadde okuyomba n'abo, era ye yagezangako okubalaga ensobi zaabwe ne bigambo eby'ekisa, oba olumu yabaviiranga. Buli kimu yakimalirizanga mu ddembe.

Ebiseera ebisinga ennaku zino, tulaba nnyo abantu abaleekanira banaabwe n'okubalumya bye bakoze bwe biba tebikwatagana nandowooza zaabwe, na nteekateeka zaabwe, n'okwagala kwabwe. Abazadde bawuliza bubi abaana baabwe ne balirwana baabwe era n'okulumya abalala.

Okuva lwe n'afuuka omusumba omukulu, abaweereza bangi n'abakozi b'ekanisa bakoze ensobi olumu ezaali tezisonyiyika, naye bulijjo mbadde mbagumiikiriza era nga mbasabira basobole okukyuka. Era ekyavaamu, olw'aleero waliwo abaweereza bangi abalungi n'abakozi b'ekanisa abatuukiriza obwakabaka bwa Katonda n'okwagala okw'amaanyi ennyo.

### Omusamaliya Omulungi

Kisoboka okulaba mu bwangu ekika ky'omuntu alina obulungi mu mutima gwe okuva mu lugero lw'omusamaliya Omulungi olusangibwa mu Lukka 10:25-37:

Waaliwo omuntu eyali ava e Yerusaalemi ng'aserengeta e Yeriko, n'agwa mu batemu, ne bamwambula, ne bamuleka ng'abulako katono okufa. Awo kabona yali ng'aserengetera mu kkubo eryo nga tamanyiridde, kale bwe yamulaba n'amwebalama n'ayitawo, N'omuleevi bw'atyo bwe yatuuka mu kifo ekyo, n'amulaba, n'amwebalama n'ayitawo. Naye omusamaliya bwe yali ng'atambula, n'ajja wali, awo bwe yamulaba n'amukwatirwa ekisa n'amusemberera, n'amusiba ebiwundu bye, ng'afukamu amafuta n'omwenge, n'amussa ku nsolo ye n'amuleeta mu kisulo ky'abagenyi n'amujjanjaba, Awo bwe bwakya enkya n'atoola eddinaali bbiri, n'aziwa nnannyini nnyumba n'amugamba nti Mujjanjabe, n'ekintu kyonna ky'oliwaayo okusukkawo bwe ndikomawo ndikusasula. Kale olowooza otya, aluwa ku abo abasatu, eyali mulirwana w'oyo eyagwa mu batemu? (Lukka 10:30-36).

Ku Kabona, Omuleevi, n'omusamaliya, ani ku bonna, mulirwana era omuntu ow'okwagala? Omusamaliya yeyali mulirwana omulungi eri omusajja ey'agwa mu batemu olw'okuba yalina obulungi mu mutima gwe okusalawo ekkubo etuufu, wadde yali munamawanga. Kino kituukira ne kw'abo abatasobola kukuwa buyambi bwonna ng'oli munafu oba ng'oli mulwadde, obulungi obutuufu butugamba obutalekerera "n'okuyita ku muntu" wabula okumwagala n'okumulabirira.

### Ensonga lwaki tetusobola kuba na bulungi

Olwo, ensonga eri ki etulemesa okutuukiriza obulungi mu mitima gyaffe wadde ng'ekituufu tukimanyi? Katusome mu Makko 14:37-38:

Awo n'ajja, n'abasanga nga beebase, n'agamba Petero nti "Simooni, weebase? Tobadde na maanyi ag'okutunula n'essaawa emu eti? Mutunule, musabe, muleme okuyingira mu kukemebwa, omwoyo gwe gwagala naye omubiri gwe munafu."

Tulina okulwanyisa-ennyo emibiri era tusabe obutakoowa okuva lwe kiri nti okusaba gwe mukka ogussibwa omwoyo gwaffe, naye olumu tulemererwa okusaba kubanga omubiri munafu. Wano, "omubiri omunafu" tekitegeeza nti emibiri gyaffe gye tulabako minafu, naye nti tetusobola kweyisa bulungi olw'ebirowoozo byaffe eby'omubiri.

N'olwekyo, tetusobola kutuukiriza bulungi mu mitima gyaffe kubanga emibiri gyaffe minafu wadde ng'emyoyo gyagala, lwakuba tukyalina ekikula eky'obubi munda mu ffe.

Olwo, tulina kukola ki okusobola okutuukiriza obulungi mu mitima gyaffe era tuyingire Yerusaalemi Empya? Katonda atulaze ekkubo mu Bafiripi 4:8-9:

Ebisigaddeyo, ab'oluganda, eby'amazima byonna, ebisaanira ekitiibwa byonna, eby'obutuukirivu byonna, ebirongoofu byonna, ebyagalibwa byonna, ebisiimibwa byonna, oba nga waliwo obulungi era oba nga waliwo ettendo, ebyo mubirowoozenga. Bye mwayiga era ne muweebwa ne muwulira ne mulaba gyendi, ebyo mubikolenga ne Katonda ow'emirembe anaabeeranga nammwe.

Bwe tuteeka mu nkola ebyo bye tuyize, bye tufunye, oba okuwulira okuva eri Katonda, oba bye tulabye mu Mukama, tewali kitajja kusoboka kubanga "Katonda ow'emirembe" ajja kuba naffe. Olwo tusobola okugulumiza Katonda n'ebikolwa ebirungi nga Yesu bwe yakola.

Tulina okutuukiriza obulungi mu mitima gyaffe n'okusaba era tube n'endowooza ennungi mu buli kimu nga Yesu, atayomba wadde okuleekaana. Era, tulina okutuukiriza obutuukirivu n'endabika ennungi, n'ebigambo eby'amazima, n'ebikolwa eby'obwakatonda nga tufa mu bikolwa ebibi eby'omubiri olw'Omwoyo Omutukuvu.

## 10. Kerusoperaso: Okwefuga

Kerusoperaso, omusingi ogw'ekkumi ogw'ebisenge bya Yerusaalemi Empya, ly'ejjinja erisinga ebbeeyi mu mayinja ag'omuwendo bwe gagwa mu lubu olumu. Galina langi etali nkwafu nnyo eya kiragala nga gatangalijja, era nga lye limu ku mayinja ag'omuwendo abakyala b'omu nsi ye Korea ge baatwalanga agasinga ebbeeyi edda. Eri abakyala bano amayinja gano gaalaganga omukyala ateegatta na musajja yenna n'obutukuvu mu bakazi. Kerusoperaso gategeeza ki mu by'omwoyo? Amayinja gano gayimirirawo ku lw'okwefuga.

Kirungi okuba nga buli kimu mu Katonda okirina mu bungi, naye wateekwa okubaawo okwefuga okusobola okufuula buli kimu ekirungi. Okwefuga kye kimu ku bibala eby'Omwoyo Omutukuvu.

### Okwefuga okusobola okutuukiriza okutuukirira

Tito 1:7-9 watubuulira ku nneeyisa y'omulabirizi w'ekanisa, era ekimu ku byo kwe kwefuga. Omuntu atasobola kwefuga bwafuuka omulabirizi, anaasobola kutuukiriza ki mu bulamu bwe obutaliimu kwefuga?

Buli kye tukolera mukama era nga tukikolera mu Ye, tuba tulina okwawula amazima ku gatali mazima, ne tugoberera okwagala okw'Omwoyo Omutukuvu n'okwefuga. Bwe tuba nga tusobola okuwulira eddoboozi ery'Omwoyo Omutukuvu, tujja kukulaakulana mu buli kimu okuva lwe tuba nga tusobola okwefuga, wabula, kino bwe kitabaawo ebintu biyinza okututabukako era tuyinza n'okufuna obubenje, obw'obutonde n'obwo obukolebwa abantu, endwadde n'ebiringa ebyo.

Mu ngeri y'emu, ekibala eky'okwefuga kikulu nnyo, era kyabuwaze mu kutuukiriza obutukirivu. Kasita tuba nga tubaze ekibala eky'okwagala, tuba tusobola okubala ekibala eky'essanyu, eddembe, obugumiikiriza, ekisa, obulungi, obwesigwa, n'obukakkamu, era nga bino ebibala bijja kutuukirira bulungi n'okwefuga.

Okwefuga oyinza kukugeraageranya n'awo awafulumira obubi mu mibiri gyaffe. Wadde awantu awo watono nnyo, walina omugaso munene nnyo mu mubiri. Watya ne wabula amaanyi okukola omulimu gwawo? Ebirina okufuluma bijja kuba tebisobola kufugibwa, nga kitegeeza webyagalira we bijjira bwe tutyo ne tuddugala era nga tetusaana kubeera mu banaffe.

Mu ngeri y'emu, bwe tubulwa okwefuga, buli kimu kijja kutabuka. Abantu batambulira mu gatali mazima kubanga tebasobola kwefuga mu by'omwoyo. Era olw'ekyo, basanga okugezesebwa era tebasobola kwagalibwa Katonda. Bwe tuba nga tetusobola kwefuba mu bintu bye tulaba, tujja kuba tukola ebintu ebitali bya butuukirivu era ebimenya amateeka kubanga tujja kulya era tutamiire nga bwe twagala, tukyankalanye obulamu bwaffe.

N'olwekyo, tulina okutegeera amakulu ag'omwoyo aga kerusoperaso, omusingi ogw'ekkumi ogw'ebisenge bya Yerusaalemi Empya, era tubeere n'ebisaanyizo ebituyingiza Yerusaalemi Empya nga tutuukiriza okutuukirira n'okwefuga mu buli kimu.

## 11. Kuwakinso: Obulongoofu n'obutuukirivu

Kuwakinso, omusingi ogw'ekkumi n'ogumu ogw'ebisenge bya Yerusaalemi Empya, jjinja lya muwendo mungi eritangaavu, nga lirina langi ya bbululu era nga lino mu by'omwoyo liyimiriddewo ku lw'obulongoofu n'obutuukirivu. Nga Yesu bwe yatugamba mu Matayo 5:8, "Balina omukisa abalina omutima omulongoofu, kubanga abo baliraba Katonda," abo abalina emitima emirongoofu basobola okulaba Katonda.

"Obulongoofu " wano baba bategeeza okuba mu mbeera nga tolina kibi kyonna era nga tolinaako bbala wadde olufunyiro. "Okulaba Katonda" kitegeeza nti bulijjo tusobola okusisinkana n'okuba Naye mu bulamu obwa bulijjo. Olwo omuntu ow'omutima omulongoofu y'aba atya, era tusobola tutya okuba n'omutima omulongoofu ?

### Omutima omulongoofu mu maaso ga Katonda

Ensonga lwaki omuntu alina omutima omulongoofu asobola okulaba Katonda eri nti aba asobola okuwuliziganya ne Katonda nga bamanya amazima, ne balowooza n'okutegeera okwagala kwa Katonda, era ne bakutambuliramu.

N'olwekyo, okusobola okutuukiriza obulongoofu mu mitima gyaffe, tulina okuba nga tumanyi amakulu ag'omwoyo ag'ekigambo kya Katonda eky'omu Baibuli era nga tukitambuliramu. Tolina kutuukirizaako bimu, naye okitambuliremu mu bujjuvu okusinziira ku mazima ng'oyambadde eky'ambalo eky'okulwanyisa ekijjuvu ekya Katonda (Abaefeso 6:13-17). Kwe kugamba, okujjako ng'ekigambo kya Katonda kituukiriziddwa mu bujjuvu ng'omwoyo mu bulamu bwo, lw'osobola okugamba nti otuukiriza omutima omulongoofu.

Tusobola okugamba nti tuli balongoofu olw'okuba tunaaba buli lunaku, ne twambala engoye ennungi era ne twewunda n'okwewunda? Tekisoboka n'akatono! Katonda tatunuulira ndabika ya kungulu naye atunula mu mutima gw'omuntu munda. Oyo omulongoofu mu maaso ga Katonda asobola okugambibwa nti talinaako bbala wadde olufunyiro, ng'alina omutima omugonvu, ogw'amazima, era omw'esimbu. Omuntu ow'ekika kino abeera ayogera n'okutambulira mu butuukirivu olw'okuba omutima gwe mutuukirivu .

### Oyo eyeerongoosa ajja kukozesebwa Katonda

2 Timoseewo 2:20-21 watujjukiza nti omuntu alongoosa omutima gwe, ajja kukozesebwa olw'ebigendererwa bya Katonda eby'omugaso:

Naye mu nnyumba ennene temubaamu bintu bya zaabu na bya ffeeza byokka, naye era n'eby'emiti n'ebyebumba, n'ebirala eby'ekitiibwa n'ebirala ebitali bya kitiibwa. Kale omuntu bwe yeerongoosaako ebyo, anaabeeranga ekintu eky'ekitiibwa, ekyatukuzibwa, ekisaanira omwami okuweerezanga, ekyalongooserezebwa buli mulimu omulungi.

Katonda aba asanyukira omuntu ow'omutima omulongoofu era N'awa amaanyi n'emikisa abo abagulina basobole okubeera ebyuma ebituukiriza ebigendererwa Bye eby'omugaso.

N'olwekyo, nkukubiriza okutuukiriza obulongoofu mu mutima gwo, obwo obulagibwa mu mayinja ga kuwakinso, omusingi ogw'ekkumi n'ogumu ogw'ebisenge bya Yerusaalemi Empya, n'okweyagalira mu mikisa egitegekeddwa Katonda.

## 12. Amesusito: Obulungi n'obuteefu

Amesusito, omusingi ogw'ekkumi n'ebiri era nga gwe gusembayo ogw'ebisenge bya Yerusaalemi Empya, kika kya jjinja ery'omuwendo ng'era langi yaalyo eba egenderera mu kakobe omukwafu. Amayinja gano galudde nga gaagalibwa abantu bangi.

Mu by'omwoyo, Amesusito ayimirirawo okutegeeza obulungi n'obuteefu. "Obuteefu" kitegeeza obugonvu, okukwata emmpola, n'obusobozi bw'okwaniriza buli muntu. Abo abateefu tebawuliza bubi muntu yenna. Okugeza, Omwami bw'aba n'omutima omugonvu era ogukwata empola ogwwo ogugumiikiriza abantu b'omu maka ge bonna, mukyalawa we ajja kuba amuwa ekitiibwa n'okumwagala. Era, n'omukyala naye bwaba n'omutima omukakkamu era nga bba amuyisa nga muganda we, oba mukwano gwe, enkolagana yaabwe ejja kuba nnungi era nga balina essanyu.

Oyo alina omutima omuteefu tanyiiza muntu yenna wabula afuuka ekifo awawummulibwa eri abalala okujja okuwummula. Mu ngeri y'emu, obuteefu bugaba obugonvu n'eddembe eri abalala, era Katonda kino akiyita kirungi.

## Obuteefu obw'omubiri bukontana n'obuteefu obw'omwoyo

Obuteefu obw'omwoyo buba n'embala ey'obugonvu n'okukwata empola, mu ngeri ey'ekintu kiramu, busanyukira n'okuwuliza omuntu obulungi. Omuntu omuteefu mu mazima tasalira bantu misango na mutima omubi, wabula ategeera, asonyiwa, era n'ayaniriza abalala. Tafuuka nkonge eri omuntu yenna wabula agumiikiriza buli kintu era n'awaayo n'obulamu bwe ku lw'abalala. Era, tavvunula kintu kyonna na bubi oba okuwakanya abalala kye bagamba, oba okwemulugunya. Omuntu ow'ekika kino abeera n'omutima omulungi.

Kyokka, ne bwetuba bateefu kyenkana ki, bwe tuba ng'emirimu gya Katonda tetugikozesa kwagala na bwesigwa, obwo buba buteefu obw'omubiri. Bwe tuba tulina obuteefu obw'omwoyo, okwagala kwaffe eri Katonda kuba kw'amaanyi nnyo era ne tufuuka ab'esigwa okuva ku ntobo y'emitima gyaffe.

Mu kubala 12, tusobola okulaba nti Katonda yayagala nnyo

Musa kubanga nnabbi ono yali muteefu okusinga omuntu omulala yenna ku nsi kuno. Yensonga lwaki Katonda teyayogera naye mu birooto oba mukwolesebwa wabula Yayogera ne Musa maaso ku maaso.

Mu ngeri y'emu, obuteefu obw'omwoyo kibala ekisanyusa Katonda. Yensonga lwaki omulabe sitaani atya abantu abalina emitima emiteefu era tabasemberera.

### Eky'okulabirako mu byafaayo by'ensi ya China

Mu bwakababa bwa Qi mu China ey'edda, waaliyo ab'emikwano babiri abaali bagalana ennyo ng'omu ayitibwa Guan Zhong omulala Bao Shu Ya. Baali ba mikwano okuva nga bato ddala, era ng'omukwano gwabwe gubasaza mu kabu. Kyokka, Bao Shu Ya yali akimanyi bulungi nti Guan Zhong yali mugezigezi okumusinga era nga bingi byamusingako. Wadde Guan Zhong yali mukujukuju era nga yali alimbye Bao Shu Ya emirundi mingi, Bao Shu Ya, mu bugumiikiriza obungi, ekya Guan Zhong okumulimbanga teyakinyumya na muntu yenna.

Mu kiseera ekyo, Guan Zhong yali muweereza w'omulangira Jau, kyokka nga ye Bao Shu Ya muweereza w'omulangira So Huan. Ne wabaawo obutabanguko mu bwakabaka obwa Qi era kabaka n'abufiiramu. Awo Omulangira Jau ne So Huan ne baba mu lutalo olwa ani atwala entebe. Omulangira Jau n'afiira mu lutalo luno, era Guan Zhong n'asibibwa mu kkomera.

Wabula, Bao Shu Ya n'asemba Guan Zhong eri Kabaka So Huan, asobole okuweereza kabaka eyali azzeeko, naye kabaka yali ayagala attibwe kubanga Guan Zhong yali ku ludda lw'omulabe.

Era, Bao Shu Ya n'awa kabaka amagezi nti kijja kumubeerera kizibu okufuga ensi bulungi omutali bantu bamanyi nga

Guan Zhong. Era olwa kino, Guan Zhong n'alondebwa okuba minisita, era So Huan n'amuwa obuvunaanyizibwa bwe nsonga z'eby'obufuzi byonna. Ku nkomerero, So Huan yasobola okutabaganya amawanga mangi ng'ayambibwako amagezi ga Guan Zhong.

### Okukkiriza abalala nti bakusingako n'omutima omukakkamu

N'omutima gwe omwetowaze, Bao Shu Ya yagezaako okuyimusa, okuweereza, n'okuyamba Guan Zhong, eyalina amagezi n'obusobozi obumusingako. Kino kyaviiramu obunywevu bw'obwakabaka bwa Qi. Wadde yali akimanyi nti Guan Zhong ajja kuba mu kifo ekya waggulu okumusinga, Bao Shu Ya yasigala ayagala Guan Zhong alondebwe ku lw'obulungi bw'eggwanga.

Mutima gwa kika ki gw'olina? Omutima omuteefu ogwa Bao Shu Ya nga guno gwe mutima gwa Yesu. Bwe tuba n'emitima emiteefu, tusobola okweyisa mu ngeri enzikakkamu awatali nnyombo kubanga tetuba na kintu kyonna eky'okunyiiza abalala. Yensonga lwaki mu Bafiripi 2:3 watugamba, "Temukolanga kintu kyonna olw'okuyomba newakubadde olw'ekitiibwa ekitaliimu, wabula mu buwoombeefu buli muntu agulumizenga munne okusinga bwe yeegulumiza."

Bwe weetowaza era n'okkiriza nti abalala bakusingako, tewajja kuba kunyiiza balala, kubalumya, oba obutabategeera. Era, ojja kuba ng'oli mwetegefu okusooka okubaweereza, n'okunoonya ebibaganyula okusooka, n'okubayimusa.

Oyo alina ettaka eggimu ery'ekikula kino eky'omutima naye ye nnyina ajja kuba musanyufu. Okuyita mu ye abantu mu bulamu bwe n'abo bajja kuba basanyufu era, ne Katonda ajja kumwagala era ayongere okumusanyusa.

N'olwekyo, mbakubiriza okufaananya Mukama omutima omuteefu era omwetowaaze musobole okwagalibwa Katonda olwo mulyoke mubeere n'eddembe erya ddala saako okuwummula (Matayo 11:28-30).

### Abateefu balisikira ensi ey'omu ggulu

Mu Matayo 5:5, Yesu atugamba emikisa egirindiridde abo abateefu, ng'era egyo gye bajja okusikiza ensi ey'omu ggulu :

Balina omukisa abo abateefu kubanga abo balisikira ensi.

Olwo, amakulu g'ebigambo "[abo abateefu] balisikira ensi ge galiwa"? ku ludda olumu, abo abalina obuteefu obw'omwoyo basobola okufaananaya ne Mukama omutima mangu kubanga emitima gyabwe si mikakanyavu. Ku ludda olulala, abo abatali bateefu balina okulwanisa ennyo ebibi byabwe okusobola okubisuula eri, n'olwekyo olumu beetooloolera mu kio kimu nga tebatagenda mu maaso, oba n'olumu okuddako emabega eddaala mu bigezo.

Wabula, abo abateefu basobola okugenda mu maaso mu bwangu kubanga tebalina nnyo ebyo ebivaako okwonoona nti bye bagezaako okulwanyisa. Era, abo abateefu bajja kuwangula emitima gy'abantu bangi, era nga buno bwe buyinza obw'omwoyo. Katonda ajja kugaba obuyinza obw'omwoyo eri abo abalina obuwombeefu obw'ekikula kino obuva ku buteefu n'okubayimusa. Abantu bano kitegeeza bajja kufuna ekifo kinene mu ggulu. Wabula, kino tekitegeeza nti buli omu omuteefu ajja kuyingira Yerusaalemi Empya.

Omwana eyakazaalibwa ayinza okulabika ng'omuteefu ennyo kubanga ekikula kye eky'omunda eky'obubi tekinnalagibwa kungulu. Bwagenda akula, ekikula kye eky'obubi kitandika okweyoleka okuyita mu mw'ebyo byaba ayiseemu.

Mu ngeri yemu, wadde omuntu alabika nga omukwata empola ennyo ebiseera ebisinga, bwayisibwa obubi olw'embeera emu, aba akyali wala nnyo n'obuteefu obw'omwoyo. N'olwekyo, tulina okutuukiriza obuteefu obw'omwoyo nga tusuula eri buli kika kya kibi nga tufaanana Mukama oyo omutima gwe ogutabaako mukakanyavu wabula gw'abanga muteefu.

Kino okusobola okukituukiriza, tulina okulowooza ku Kigambo kya Katonda bulijjo era tufuula okuseka kwaffe, okutambula, n'ebikolwa byaffe byonna nga biteefu, nga tewali kutabukatabuka kw'amaanyi, nga bulijjo buba bulungi. Tetulina kunyiiza muntu yenna; tetuwuliranga bulumi mu mitima olw'abantu abangi oba ebibaawo buli lunaku.

Nsuubira nti mujja kwagalibwa Katonda nga Musa bwe yali, oyo omutima gwe ogwali omuwoombefu ennyo okusinga omuntu yenna ku nsi kuno, era yali akakasiddwa era ng'ayagalibwa Katonda.

Twekenneenyezza amakulu ag'omwoyo ag'amayinja ag'omuwendo ekkumi n'abiri ago agakola emisingi gy'ebisenge bya Yerusaalemi Empya. Omugatte gwa bino byonna gwe mutima gwa Yesu Kristo n'omutima gwa Katonda: entiko y'okwagala. Mukama yatuukiriza amateeka n'okwagala, era okuva lwe kiri nti langi eziraga okwagala nnyingi, kwe kulagibwa ne langi ez'enjawulo ez'amayinja gano ekkumi n'abiri.

Omutima gw'emisingi ekkumi n'ebiri, nga guno

giyimiriddewo okulaga entiko y'okwagala, gusobola okw'ogerwako ng'omugatte gw'emikisa egy'asuubizibwa mu Matayo 5, okwagala okw'omwoyo okusangibwa mu 1 Bakkolinso 13, n'ebibala omwenda n'ebibala omwenda eby'Omwoyo Omutukuvu mu Bagalatiya 5.

Bw'oba ng'otuukiriza omutima ogw'amayinja gano ag'omuwendo ekkumi n'abiri mu bujjuvu, kitegeeza nti otuukiriza omutima gwa Yesu Kristo, nga n'olwekyo, ojja kuba ng'oteekwa okuyingira Yerusaalemi Empya. Era, ennyumba yo mu Yerusaalemi Empya ejja kwakayakana nnyo ejja kumasamasa nnyo, era ng'erabika bulungi nnyo olw'amayinja ag'omuwendo agagatiddwa awamu era owundibwe mu ngeri gy'otasobola n'akutegeera. Ekibuga kya Yerusaalemi Empya kirungi nnyo, kinene nnyo, era kimasamasa okuva lwe kiri nti abo abalina emitima culmination amayinja ag'omuwendo ekkumi n'abiriagali eyo.

Nsaba mu linnya lya Mukama waffe Yesu Kristo osobole okutuukiriza omutima gwa Yesu Kristo, obeera ng'osobola okubeera mu Yerusaalemi Empya olubeerera, eyo Katonda Omutonzi gye yeezimbidde mu ngeri ey'amaanyi, amakula n'obulungi ku misingi ekkumi n'ebiri.

# Essuula 6

## Wankaaki ekkumi n'ebbiri eza luulu, N'oluguudo olwa zaabu

1. Wankaaki ekkumi n'ebbiri eza luulu
2. Enguudo ezakolebwa mu Zaabu mu zaabu

Okubikkulirwa 21:21
N'emiryango ekkumi n'ebiri luulu kkumi na bbiri, buli gumu ku miryango gwali gwa luulu emu; n'oluguudo olw'ekibuga zaabu ennungi, ng'endabirwamu etangalijja.

Ekibuga kya Yerusaalemi Ekiggya kirina wankaaki kkumi na bbiri, ssatu ku buli luuyi, olw'omu mambuka, amaserengeta, ebuva njuba n'ebugwa njuba eziri ku bisenge byakyo. Malayika omunene ennyo yakuuma ku buli wankaaki, era endabika eno eraga ekitiibwa n'obuyinza bw'ekibuga Yerusaalemi Ekiggya ng'okikubyeko eriiso. Buli wankaani eri mu kikula ky'ennukuta "C" ng'etunudde wansi, era nnenne nnyo nti okugimalayo olina okutunula wagula ddala. Buli wankaaki eriko luulu ennenne ennyo. Wankaaki z'eggula nga z'awukana okuva wakati okudda erudda n'erudda era ziriko eminyolo egya zaabu n'amayinja amalala ag'omuwendo. Wankaaki zino z'eggula zokka nga tewali azigudde.

Katonda akoze wankaaki kkumi n'abbiri eza luulu kkumi na bbiri ennungi ennyo n'enguudo eza zaabu omulungi ennyo eby'abaana Be abaagalwa. Olwo byo ebizimbe eby'omunda binaaba bikoma wa obulungi?

Nga tetunatuuka ku bizimbe n'ebyo ebiri munda w'ekibuga kya Yerusaalemi Empya, Katusooke tulabe ensonga lwaki Katonda yakola wankaaki za Yerusaalemi Empya ne luulu, na nguudo za kika ki endala eziriyo ng'ogyeko eza zaabu.

## 1. Wankaaki ekkumi Na bbiri eza Luulu

Okubikkulirwa 21:21 wasoma nti, "N'emiryango ekkumi n'ebiri luulu kkumi na bbiri, buli gumu ku miryango gwali gwa luulu emu; n'oluguudo olw'ekibuga zaabu ennungi, ng'endabirwamu etangalijja." olwo, lwaki, wankaaki ekkumi n'ebbiri zikoleddwa mu luulu kyokka nga waliyo amayinja amalala mangi nnyo ag'omuwendo mu Yerusaalemi Empya? Abamu bayinza okugamba kyandibadde kirungi okuwunda buli wankaaki n'amayinja ganjawulo okuva lw'ekiri nti ziri wankaaki kkumi na bbiri, naye Katonda yawunda wankaaki zonna ekkumi n'ebbiri na luulu.

Kino kiri bwe kityo lwakuba muno mulimu ekigendererwa kya Katonda n'omugaso ogw'omwoyo mu kuwunda wankaaki mu ngeri eyo. Ekitali ku mayinja malala, zo luulu zirina omuwendo gwanjawulo era nga zitwalibwa okuba ez'omuwendo okusinga amayinja lwakuba zizaalibwa okuyita mu ngeri ey'obulumi.

### Nga engeri ekisosonko gye kikolamu luulu

Luula bagikola batya? Luulu bye bimu ku by'okwewunda ebibiri ebiva mu nnyanja, ng'endala ky'ekika ky'ekyenyanja ekyakula ng'emunyeenye. Lulu zagalibwa nnyo abantu bangi olw'okuba ziba zimasamasa bulungi nnyo nga tewetaaga kuzinyiriza zimasamase.

Luulu ekolebwa ku bisenge by'omunda eby'ekisongo ekye kitonde ekiyitibwa oyster. Kiba ekitole eky'ekute awamu nga kiva ku mazzi agaseerera agafulumizibwa Oyster ng'era okusinga gajjudemu kirungo kya calcium carbonate, mu kikula ekyekulungirivu oba ekyo ekikomye wakati. Ebintu eby'ebweru ng'obuwuka bwe biyingira mu bisenge by'ekisonko eby'omunda ebigonda, ekisonko kiwulira obulumi bungi nnyo nga gyoli bakifumise mpiso. Awo ekisonko n'ekirwanisa ebintu ebyo ebikiyingiridde nga bwe kiyita mu bulumi oobwamaanyi. Luulu ezaalibwa ng'amazzi agava mu kisosonko kino g'abika obuwuka obuba bukiyingiridde nekigenda nga kidding'ana engeri eyo

Waliwo ebika bya luulu bya mirundi ebiri: Ezo ez'obutonde n'ezo ennime. Abantu baategera ebyo ebikulu ebikwata ku luulu zino era kati basobola okuzirima ne bakung'aanya ebisonko bingi ne babikubamu ebintu ebirala nga bino bye bibireetera okukola luulu. Luulu zino zibanga ezeekola zokka ez'obutonde naye nga zo tebaziseera nnyo kubanga emibiri gyazo ntonoko.

Nga ekisonko bwe kikola luulu ennungi nga kiyise mu bulumi obungi nga kirwanisa ebyo ebikiyingiddemu, waliwo omutendera oguyitibwamu abaana ba Katonda nga bagumira embeera yonna okusobola okuzaawo ekifaananyi kya Katonda ekyabula. Basobola okuvaamu n'okukkiriza okulinga okwa zaabu omulungi ennyo okwo kwe basobola okukozesa okusobola okuyingira Yerusaalemi Empya naye nga kino bakifuna oluvanyuma lw'okugumira ebizibu ne nnaku bye babeera bayiseemu nga babeera ku nsi kuno.

### Okuwangula ebigezo by'okukkiriza

Tulina okuba n'okukkiriza okulinga zaabu omulungi ennyo okusobola okuyita mu wankaaki ekkumi n'ebbiri eza Yerusaalemi Empya. Okukkiriza okw'ekika kino tekumala gaweebwa; okujjako nga tuyise era ne tuwangula ebigezo by'okukkiriza lwe tuweebwa empeera ey'okukkiriza okw'ekika ekyo nga ekisosonko bwe kiyita mu bulumi obungi ennyo okutuuka lwe kikola luulu. Kyokka, nga si kyangu nnyo okutambulira mu kukkiriza okw'ekika ekyo kubanga waliwo omulabe setaani oyo agezaako ennyo nga bwasobola okutulemesa okuba n'okukkiriza. Era, okutuusa nga tuyimiridde ku lwazi lw'okukkiriza, tukyawulira nnyo nti ekkubo eridda mu ggulu zibu nnyo era lya bulumi kubanga tulina okweng'anga entalo ez'amaanyi nga tulwanyisa omulabe setaani kasita tubeera nga tukyalina agatali mazima mu mitima gyaffe.

Wabula, tusobola okuwangula kubanga Katonda

atuwa ekisa Kye n'amaanyi, saako Omwoyo Omutukuvu okutulung'amya. Bwe tuyimirira ku lwazi olw'okukkiriza nga tumaze okugoberera emitendera gino, tujja kuba tusobola okuwangula ebizibu ebya buli kika era nga tusanyuka mu kifo ky'okubonabona.

Ba memba b'enzikiriza ey'aba Budda bakuba emibiri gyabwe "n'ebeebonyabonya" okuyita mu kulowooza okusobola okuva ku by'ensi byonna. Abamu bava ku bintu bingi nnyo okumala ebbanga ddene, era bwe bafa, ekintu ekiringa luulu okuva ku bisigalira byabwe kigibwako. Kino kikolebwa okumala emyaka mingi egy'okwerekereza n'okugumira embeera, nga ne luulu bwe zikolwebwa okuva mu kisosonkole ky'ekitonde ekiyitibwa oyster mu lungereza.

Olwo tulina kuguma kyenkana ki n'okwefuga eri obulumi bwe tuba nga tugezaako okwegyako amasanyu g'ensi eno n'okufuga okwegomba kw'omubiri n'amaanyi gaffe gokka? Kyokka, abaana ba Katonda basobola okwegyako okwegomba kw'ensi kwonna mu bwangu n'ekisa saako amaanyi ga Katonda wakati w'emirimu gy'Omwoyo Omutukuvu. Era, tusobola okuwangula ekizibu kyonna nga tuyambibwako Katonda, era tusobola okudduka embiro ez'empaka ez'Omwoyo kubanga eggulu litutegekebwa.

N'olwekyo, abaana ba Katonda abalina okukkiriza tebalina kugumira kugezesebwa kwe bayitamu na bulumi, naye balina okukuyitamu n'essanyu wamu n'okwebaza, nga bwe basuubira emikisa gye banaatera okufuna.

### Lwaki wankaaki ekkumi n'ebbiri zikoleddwa mu luulu?

Kitwala ekiseera kiwanvu okukola luulu ku nsi kuno, naye mu ggulu Katonda asobola okuzikola mu ddaakiika ntono nnyo n'amaanyi Ge ag'enjawulo. Era, ne ku nsi kuno, luulu tesobola kuba nnene kusinga kisosonko mweva, naye esobola okuba n'obunene bwonna mu ggulu. Era, okumasamasa n'obulungi bwa luulu ez'omu ggulu tebugeraageranyizika na luulu yonna ekolebwa oba okulimibwa ku nsi kuno.

Olwo lwaki, Katonda akoze wankaaki ekkumi n'ebbiri eza Yerusaalemi Empya mu luulu kyokka nga waliwo amayinja ag'omuwendo mangi nnyo amalala? Ekizimbe ne bwe kiba kyenkana wa obulungi era nga kinyirira okukamala, tetuyinza kukiyingira nga tekiriiko nzigi. Wankaaki za Yerusaalemi Empya zaakolebwa mu mayinja ag'omuwendo agasaanira ddala kubanga za mugaso nnyo mu mbeera eno.

Nga bwe kyanyonyoddwa edda, luulu z'amuwendo nnyo bwe tulowooza ku ngeri gye zikolebwamu. Nga n'ebisosonko bwe birina okubonaabona nga biyita mu bulumi obw'amaanyi saako okubugumira okusobola okuzaala luulu, tulina okuwangula era ne tugumira obulumi obw'amaanyi okusobola okuyingira Yerusaalemi Empya. Tusobola okuyita mu wankaaki zino singa tuba tufunye obuwanguzi mu lutalo olw'okukkiriza. Wankaaki zino zikoleddwa okulaga kino.

Abaebulaniya 12:4 watugamba, "Temunnawakana okutuusa ku musaayi nga mulwana n'ekibi." Ne mu kitundu eky'okubiri eky'Okubikkulirwa 2:10 n'awo watukubiriza nti "Beeranga mwesigwa okutuusa okufa, nange ndikuwa engule ey'obulamu."

Nga Baibuli bw'etugamba, nti tusobola okuyingira Yerusaalemi Empya, ekifo ekisingayo obulungi mu ggulu, singa tuba tugaanyi okwekiriranya n'ekibi, era ne tusuula eri buli kika kya bubi, era ne tuba beesigwa okutuuka ku ssa ly'okuyiwa omusaayi, ne tutuukiriza obuvunaanyizibwa bwaffe. Engeri eno eyinza okulabika ng'enzibu ennyo okutuusa nga tuyimiridde ku lwazi olw'okukkiriza, naye abaana ba Katonda, olw'okuba bakkiririza mu Katonda ne mu bwakabaka Bwe obw'omu ggulu, basobola bulijjo okuba abasanyufu era nga beebaza, era ne bawangula nga ebyawandiikibwa bwe bisoma: "Musanyukenga ennaku zonna, musabenga obutayosa, mwebazenga mu kigambo kyonna, kubanga ekyo Katonda ky'abaagaliza mu Kristo Yesu gye muli " (1 Abasessaloniika 5:16-18).

N'olwekyo, tulina okuba nga tusobola okuyingira mu Yerusaalemi Empya nga tuyita mu mu wankaaki ekkumi n'ebbiri eza luulu nga tusaba obutakoowa ne ssuubi era nga tufuna obuwanguzi mu kukkiriza.

### Wankaaki ekkumi n'ebbiri eza luulu z'abawanguzi mu kukkiriza

Wankaaki ekkumi n'ebbiri zikola nga ebiyitirirwa eby'obuwanguzi eby'abo abawanguzi mu kukkiriza, nga bw'olaba abadduumizi b'amaggye abawangudde bwe bakomawo eka oluvanyuma lw'olutabaalo olugenze obulungi bwe bakumba okuyita mu kiyitirirwa ekisiima obuwanguzi bwe batuuseeko.

Edda, okukulisaayo n'okusiima abaserukale n'abadduumizi baabwe bwe baabanga badda eka nga bawangudde, abantu baazimbanga ebijjukizo ebitali bimu saako ebintu ebirala ebyatuumibwanga amannya g'abasajja abo abazira. Omuduumizi omuwanguzi yasiimibwanga ng'ayita mukiyitirirwa eky'abawanguzi oba wankaaki, nga bwayanirizibwa ekibinja ky'abantu ekinene, abalinga batambulira ku bigaali ebiweekeddwa ebisolo nga bino kabaka ye yabiwangayo.

Bwe baatuukanga mu kisenge awalinga embaga ebategekeddwa wakati mu buluulu n'enyimba ezibawaana era ez'obuwanguzi, ba minisita ababanga batudde ne kabaka wamu ne nabakyala nga babaniriza. Omuduumizi w'amaggye ng'akka okuva ku kigaali ekisikibwa ensolo n'avunnamira kabaka we, ne kabaka naye ng'ayimuka n'amusitulawo era n'atendereza emirimu gye egitasangikasangika. Olwo ne batandika okulya n'okunywa era ne bagabana essanyu ly'obuwanguzi. Omudduumizi yayinzanga okuweebwa ekitiibwa ekirara, eby'obuggaga, n'ebitiibwa okusinziira ku kabaka.

Bwe kiba ng'ekitiibwa ky'omudduumizi n'amaggye kiba ky'amaanyi bwe kityo, olwo ate kyo ekitiibwa eky'abo abanaayita mu wankaaki ekkumi n'ebbiri eza YerusaalemI Empya kinaaba kyenkana wa? Bajja kwagalibwa nnyo babudaabudibwe Katonda Kitaffe era babeere eyo olubeerera mu kitiibwa ekitasobola kugeeraageranyizibwa n'eky'omudduumizi w'amagye oba abaserukale abo abayita mu kiyitirirwa eky'obuwanguzi kyonna. Bwe bayita mu wankaaki ekkumi n'ebbiri eziwundiddwa mu luulu zonna, bajjukizibwa olugendo lwabwe olw'okukkiriza olwo mwe balafubanira era n'ebagezaako nga bwe basobola, ne bakulukusa amaziga okuva ku ntobo y'emitima gyabwe mu kwebaza.

### Obulungi n'okunyirira kwa wankaaki ekkumi n'ebbiri eza luulu

Mu ggulu, abantu tebeerabira kintu kyonna wadde nga wayiseewo ebbanga ddene kubanga eggulu kitundu ku nsi ey'omwoyo. Era, olumu batwala ekiseera ekiyiseewo ng'ekyomuwendo.

Yensonga lwaki abo abayingira Yerusaalemi Empya

kibayitiriranko buli lwe batunuulira ku wankaaki ekkumi n'ebbiri eza luulu, nga balowoozaamu nti, 'Mpangudde ebigezo bingi era mazze n'entuuka mu Yerusaalemi Empya!' Basanyuka nga bajjukira nti balwana era n'ebamaliriza nga bawangudde omubi setaani n'ensi, era ne begyako agatali mazima gonna mu bbo. Baddamu ne beebaza Katonda Kitaffe, nga bajjukira okwagala Kwe okwabasobozesa okuwangula ensi. Era beebaza n'abo ababayamba okutuuka lwe batuuka mu kifo ekyo.

Mu nsi eno, obwetaavu bw'okwebaza butera okuggwerawo ddala ekiseera bwe kigenda kiyitawo, naye olw'okuba mu ggulu teri bukuusa, essanyu ly'abantu n'okwebaza saako okwagala byeyongera okukula buli kiseera lwe kiyitawo. N'olwekyo, buli abatuuze ba Yerusaalemi Empya lwe batunula ku wankaaki eza luulu, baba beebaza olw'okwagala kwa Katonda n'eri abo abamuyamba okutuukayo.

Nze neebaza nnyo abo abaambulira enjiri oba abo abandaga ekisa. Ndi ki kyendi olwaleero lwa kuba bbo, era si beebaza mulundi gumu nnenkomawo; wabula buli lunaku oluyitawo mba mu kwebaza.

## 2. Enguudo Ezikoleddwa mu Zaabu Omulungi Ennyo

Abantu bwe batuula okujjukira obulamu bwabwe obw'oku nsi ne bayita mu wankaaki ennene ennyo eyaluulu eyakula ng'ennukuta "C" etunudde wansi, ne bamaliriza nga bayingidde Yerusaalemi Empya. Ekibuga ekijjudde ekitangaala eky'ekitiibwa kya Katonda, amalooboozi g'abamalayika agawulikika okuba ewala, nga gajjudde emirembe agayimba ennyimba ez'okutendereza, n'obuwoowo bw'ebimmuli obutawunya nnyo. Buli lwe bateeka ekigere mu maaso nga bayingira Ekibuga, bawulira ng'essanyu libabugaanyi, era nga bawulira bulungi nnyo ddala.

Ebisenge ebitoneddwa n'amayinja ag'omuwendo ekkumi n'abiri ne wankaaki eza luulu ennungi ennyo byanyonyoddwa dda. Olwo zo enguudo mu Yerusaalemi Empya zikoleddwa mu ki? Nga Okubikkulirwa 21:21 bwe watugamba nti, "N'oluguudo olw'ekibuga zaabu ennungi ennyo ng'endabirwamu etangalijja," Katonda yakola enguudo za Yerusaalemi Empya mu zaabu omulungi ennyo nga bino abikolera abaana Be abaliyingira Ekibuga.

### Yesu Kristo: Lye Kkubo

Mu nsi muno, waliwo ebika by'enguudo bingi, okuva ku bukubo obw'ebigere okutuuka ku nguudo z'eggaali y'omuka, saako amakubo amatonotono n'ezo enguudo ennene. Abantu bakozesa amakubo ag'enjawulo okusinziira ku wa omuntu gy'alaga oba ekyetaago kye. Wabula okusobola okugenda mu ggulu, waliyo ekkubo limu lyokka: Yesu Kristo.

Nze kkubo, n'amazima, n'obulamu; tewali ajja eri Kitange, wabula ng'ayita mu nze (Yokaana 14:6).

Yesu, omwana wa Katonda omu Yekka, yagulawo ekkubo ery'obulokozi nga akomererwa ku musalaba ku lw'abantu bonna, abaali ab'okufa emirembe n'emirembe olw'ebibi byabwe, era n'azuukira ku lunaku olw'okusatu. Bwe tukkiririza mu Yesu Kristo, tuba tusaanidde okufuna obulamu obutaggwaawo. N'olwekyo, Yesu Kristo ly'ekkubo lyokka erigenda mu ggulu, eri obulokozi, n'eri obulamu obutaggwaawo. Era, okukkiriza

Yesu Kristo n'okufaanananya embala Ye ly'ekkubo erigenda eri obulamu obutaggwaawo.

### Enguudo eza zaabu

Ku buli ludda olw'omugga ogw'Amazzi ag'Obulamu waliyo enguudo ezanguyiza buli omu okugenda eri namulondo ya Katonda mu ggulu eritaggwaayo. Omugga ogw'amazzi ag'obulamu guva ku namulondo ya Katonda n'ey'omwana gw'endiga, era nga gukulukuta nga guyita mu kibuga kya Yerusaalemi Ekiggya n'emu bifo ebibeerwamu mu ggulu, era n'egukomawo eri namulondo ya Katonda.

N'andaga omugga ogw'amazzi ag'obulamu, ogumasamasa ng'endabirwamu, nga guva mu ntebe ya Katonda n'ey'Omwana gw'endiga, wakati w'oluguudo lwakyo. Era eruuyi n'eruuyi ew'omugga, omuti ogw'obulamu, ogubala ebibala ekkumi n'ebibiri, oguleeta ekibala kyagwo buli mwezi, n'amalagala g'omuti ga kuwonya amawanga (Okubikkulirwa 22:1-2).

Mu by'omwoyo, "amazzi" g'aba gategeeza Ekigambo kya Katonda, era olw'okuba tufuna obulamu okuyita mu Kigambo Kye era ne tutambulira mu kkubo eritutwala eri obulamu obutaggwaawo okuyita mu Yesu Kristo, Amazzi ag'Obulamu gakulukuta okuva ku namulondo ya Katonda n'eyOmwana gw'endiga.

Era, Engeri omugga ogw'amazzi ag'Obulamu bwe gwetooloola eggulu lyonna, tusobola okutuuka mu Yerusaalemi Empya nga omuntu agoberera bugobererezi enguudo eza zaabu ezisangibwa ku buli luuyi lw'Omugga.

## Omugaso ogw'enguudo eza zaabu

Enguudo eza zaabu teziri mu Yerusaalemi Empya wokka, wabula ne mu bifo ebirala byonna mu ggulu. Wabula, ng'okumasamasa, ekika, n'obulungi bw'ekintu bwe byawukana okuva mu kifo ekimu ekibeerwamu okudda mu kirala, okumasamasa kw'enguudo eza zaabu n'akwo kwawukana okusinziira ku kifo ekibeerwamu

Zaabu omulungi ennyo mu ggulu, talinga ow'okunsi kuno agonda, ow'omu ggulu abeera mugumu. Kyokka, bw'omutambulirako owulira ng'alinnya awagonda. Era, mu ggulu teri nfuufu yonna oba ekintu ekiddugala kyonna, era olw'okuba tewali kikaddiwa, enguudo eza zaabu tezoonooneka. Ku buli luuyi lw'oluguudo wabaayo ebimuli ebirungi ennyo era bibuuza ku baana ba Katonda ababeera batambulira ku nguudo.

Olwo, mugaso ki era nsonga ki eyazimbisa enguudo mu zaabu omulungi ennyo? Kwe kutujjukiza nti emitima gyabwe gye gikoma okuba emiyonjo, n'obulungi bw'ekifo eky'okubeeramu mu ggulu gye bukoma. Era, olw'okuba nti tusobola okuyingira Yerusaalemi Empya singa tuba tutambula okudda eri ekibuga kino n'okukkiriza saako essuubi, Katonda akoze enguudo mu zaabu omulungi ennyo, nga kino kitegeeza okukkiriza okw'omwoyo n'essuubi ery'amaanyi ebizaalibwa okuva mu kukkiriza okw'ekika kino.

## Enguudo ez'ebimuli

Nga omuntu bw'awulirawo enjawulo ng'atambulira mu busubi obwakasayibwa, ng'atambulira ku mayinja, oba oluguudo olulina oluyinja, n'ebirala, waliwo enjawulo wakati w'okutambulira ku nguudo eza zaabu n'oluguudo olw'ebimuli.

Waliwo n'enguudo endala ezikoleddwa mu mayinja ag'omuwendo, era waliwo enjawulo mu ssanyu eriwulirwa ng'otambulira ku nguudo zino. Era wabaawo n'enjawulo mu kuwulira obulungi mu ntambula ez'enjawulo gamba nga ennyonyi, eggaali y'omukka, oba bbaasi, era ne mu ggulu bwe kiri. Okutambulira ku nguudo ffe ffenyini kya njawulo ddala n'okuvugibwa n'amaanyi ga Katonda.

Enguudo ez'ebimuli mu ggulu tezirina bimuli emabbali waazo kubanga enguudo z'ennyini zikoleddwa mu bimuli abantu basobole okutambulira ku bimuli. Oluguudo luno lugonvu nnyo era luweweera ng'obeera ng'atambulira ku kapeti eng'onvu ennyo ey'ekyoya ng'oli mu bigere. Ebimuli tebyonooneka wadde okuwotoka kubanga emibiri gyaffe gya mwoyo era giwewuka nnyo, nga ne bwe biyitibwako tebyonooneka.

Era, ebimuli eby'omu ggulu bisanyuka n'ebifulumya obuwoowo bwabyo abaana ba Katonda bwe babitambulirako. N'olwekyo bwe batambulira ku nguudo ez'ebimuli, obuwoowo buyingira mu mibiri gyabwe emitima gyabwe ne gisanyuka, ne gidizibwaamu n'amaanyi.

### Enguudo ez'amayinja ag'omuwendo

Enguudo zikoleddwa mu mayinja ag'omuwendo aga langi ez'enjawulo era nga zakayakana zonna, era ng'ekisinga okusanyusa, zimasamasa nnyo emibiri egy'omwoyo bwe gizitambulirako. N'amayinja ag'omuwendo n'ago gafulumya obuwoowo obulungi, era essanyu n'okusanyuka okuwulirwa tebigeraageranyizika. Era, tusobola okuwulira essanyu eriyitiridde bwe tuba tutambulira ku nguudo ez'amayinja ag'omuwendo kibanga bw'owulira ng'otambulira ku mazzi.

Kyokka, kino tekitegeeza nti tuba tuwulira ng'ababbira, naye tuba tunyumirwa mu buli kigere kye tutambula nga mulimu ko okussaamu amaanyi amatonotono.

Wabula, enguudo ez'amayinja ag'omuwendo zisangibwa mu bifo bimu na bimu mu ggulu. Kwe kugamba, ziweebwa ng'empeera nga ziteekebwa mu mayumba n'okwetoloola amayumba g'abo abafaananya ne Mukama omutima abo abakoze ennyo mu kutuukiriza ekigendererwa kya Katonda eky'okuteekateeka abantu. Kibanga bw'olaba n'akakubo akasembayo obutono mu lubiri lwa kabaka bwe k'aba nga kawundiddwa n'ebintu ebirungi ebikoleddwa mu bintu eby'omuwendo.

Abantu tebakoowa kulaba wadde okwetamwa ebintu eby'omu ggulu naye baagala buli kintu emirembe n'emirembe kubanga nsi ya mwoyo. Era, bongera kuwulira ssanyu na kusanyuka n'akantu akasembayo obutono kawundiddwa bulungi n'amakulu ag'omwoyo, era okwagala kw'abantu n'okwegomba n'akwo kweyongera.

Kubisaamu obulungi n'okwewunyisa kwa Yerusaalemi Empya! Etegekeddwa Katonda ng'agitegekera abaana Be abaagalwa. N'abantu b'omu Lusuku lwa Katonda n'obwakabaka obusooka, obw'okubiri n'obw'okusatu obw'omu ggulu basanyukira ddala era ne beebaza bwe bayita mu wankaaki eza luulu nga bayitiddwa okugenda mu Yerusaalemi Empya.

Kubisaamu essanyu abaana ba Katonda lye banaaba n'alyo okuba nga batuuse ku Yerusaalemi Empya olw'okuba baagoberera n'obwesigwa Mukama, ekkubo ettuufu?

Nsaba mu linnya lya Mukama Yesu Kristo nti ojja kuwangula

buli kika kya musanvu gwonna n'embeera n'okukkiriza, era odduke eri wankaaki ekkumi n'ebbiri eza Yerusaalemi Empya, nga ekisosonko bwe kizaala luulu ennungi nga kimaze okuyita mu bulumi obw'amaanyi.

# Essuula 7

## Endabika ennungi ennyo era esikiriza

1. Teweetaagayo kitangaala kya Musana wadde eky'omwezi
2. Essanyu ery'amaanyi erya Yerusaalemi Empya
3. Okubeera ne Mukama omugole waffe Omusajja olubeerera
4. Ekitiibwa ky'abatuuze ba Yerusaalemi Empya

Okubikkulirwa 21:22-27
So ssaalabamu yeekaalu mu kyo; kubanga Mukama Katonda Omuyinza w'ebintu, n'Omwana gw'endiga, ye yeekaalu yaakyo. So ekibuga tekyetaaga njuba newakubadde omwezi okukyakira kubanga ekitiibwa kya Katonda kyakimulisa, n'ettabaaza yaakyo ye Mwana gw'endig. N'amawanga ganaatambuliranga mu musana gwakyo, ne bakabaka b'ensi baleeta ekitiibwa kyabwe mu kyo. N'emiryango gyakyo tegiggalwe nga n'akatono emisana (kubanga eyo ekiro tekibengayo) era balireeta ekitiibwa n'ettendo ery'amawanga mu kyo, so temuliyingira mu kyo n'akatono ekintu kyonna ekitali kirongoofu newakubadde akola eky'omuzizo n'obulimba, wabula abo bokka abawandiikiddwa mu kitabo eky'obulamu eky'Omwana gw'endiga.

Omutume Yokaana, oyo Omwoyo Omutukuvu gwe yalaga Yerusaalemi Empya, yawandiika bye yalengera ku kibuga mu bujjuvu bwe yali akitunuulira okuva waggulu mu kifo eky'awaggulu. Yokaana yali amaze ebbanga ddene ng'eyayaana okulaba munda w'ekibuga kya Yerusaalemi Ekiggya, era bwe yamala n'alaba munda w'ekibuga nga kye yalaba kyali kirungi nnyo, nti yabulwa n'ebigambo eby'okwogera.

Bwe tuba tulina ebisaanyizo ebituyingiza Yerusaalemi Empya era ne tuyimirira mu maaso ga wankaaki zaakyo, tujja kuba tusobola okulaba wankaaki eya luulu eyakula ng'ennukuta "C" eyewunzise nga yeggula, nga nnenne nnyo nga n'amaaso gaffe tegasobola kulaba gy'ekoma.

Mu kiseera ekyo, tulaba ekitangaala obulungi bwakyo obutasoboka kunyonyolekeka okuva mu Kibuga kya Yerusaalemi ekiggya nga kivaayo n'ekyebulungulula emibiri gyaffe. Amangu ago tuwulira okwagala kwa Katonda okw'amaanyi era tuba tetukyasobola kusiba maziga agaba gakulukuta obukulukusi.

Tuwulira okwagala kwa Katonda Kitaffe okutaggwaawo oyo atukuumye n'amaaso ge amoogi, n'ekisa kya Mukama oyo atusonyiye n'omusaayi Gwe ku musalaba n'okwagala kw'Omwoyo Omutkuvu oyo abadde mu mitima gyaffe, era atusobozesezza okutambulira mu mazima, Ekitiibwa n'ettendo ne tubizaayo.

Kati katwekeneenye mu bujjuvu Ekibuga kya Yerusaalemi Ekiggya nga tw'esigama kw'ebyo ebyatugambibwa omutume Yokaana.

# 1. Teweetaagayo kitangaala kya Musana wadde Omwezi

Omutume Yokaana, bwe yali atunuulira endabika ya Yerusaalemi Empya munda eyo awali wajjudde ekitiibwa kya Katonda, yayogera n'agamba nti:

So ekibuga tekyetaaga njuba newakubadde omwezi, okukyakira, kubanga ekitiibwa kya Katonda kyakimulisa, n'ettabaaza yaakyo ye Mwana gw'endiga (Okubikkulirwa 21:23).

Yerusaalemi Empya wajjudde ekitiibwa kya Katonda okuva lwe kiri nti KatondaYennyini gyabeera era Yafuga Ekibuga kino, era mu kyo mwe muli ne kifo ekisingirayo ddala obuwanvu mu nsi ey'omwoyo eyo Katonda gye Yeekolamu Obusatu okusobola okuteekateeka omuntu.

### Ekitiibwa kya Katonda kye kimulisa Yerusaalemi Empya

Ensonga lwaki Katonda yateeka Omusana n'Omwezi ku nsi kuno kwe kwagala ffe okwawulawo wakati w'obulungi n'obubi, n'okwawulawo wakati w'emyoyo egy'emibiri okuyita mu musana n'ekizikiza tusobole okutambula ng'abaana ba Katonda abatuufu. Amanyi buli kimu ekikwatagana n'omwoyo n'omubiri, n'obulungi wamu n'obubi, naye abantu tebasobola kumanya bintu bino nga tebamaze kuteekebwateekebwa kubanga bbo bitonde butonde.

Omuntu eyasooka Adamu yabeeranga mu Lusuku Adeni ng'okuteekateeka omuntu tekunnaba, ng'ali eyo teyamanya bubi, kufa, kizikiza, bwavu, wadde endwadde. Yensonga lwaki yali tategeera amakulu aga ddala ag'ekigambo okuba mu ssanyu mu bulamu oba okwebaza Katonda eyali amuwadde buli kimu, wadde ng'obulamu bwe tebwajulanga kintu kyonna.

Olwa kino Adamu okusobola okutegeera kye bayita essanyu erya ddala, yalina okukaabako, okubaako mu nnaku, okubonaabona n'obulumi obutali bumu saako endwadde, n'okulaba ku kufa, era ng'eno yengeri omuntu gyateekebwateekebwamu. Nkwegayiridde soma Obubaka bw'omusalaba okumanya ebisingawo.

Era ekyavaamu, Adamu yakola ekibi ky'obujeemu ng'alya ku muti ogw'okumanya obulungi n'obubi, bwatyo n'agobebwa okujja ku nsi kuno, era olwo n'alabawo enjawulo. Okutuusa lwe yamala okuyita mw'ebyo lwe yasobola okutegeera obutajula bwe yalingamu, essanyu, n'obulungi obulamu bwe bwe bwali bwe yali ng'akyabeera mu Lusuku Adeni, era bwatyo n'alyoka yeebaza Katonda n'omutima omutuufu.

Bazukulu be bonna n'abo batandika okwawulawo wakati w'omusana n'ekizikiza, omwoyo ku mubiri, n'obulungi ku bubi okuyita mu kuteekebwateekebwa kw'omuntu bwe yalinga ayita mu bizibu ebya buli kika. N'olwekyo, bwe tufuna obulokozi era ne tugenda mu ggulu, ekitangaala ky'omusana oba eky'omwezi ebyali byetaagibwa okuteekateeka omuntu biba tebikyetaagibwa.

Olw'okuba Katonda Yennyini abeera mu kibuga kya Yerusaalemi Empya, teri kizikiza wadde. Era, ekitangaala ky'ekitiibwa kya Katonda kisinga kwaka nnyo mu Yerusaalemi Empya; era ddala Ekibuga ekyo kye kiva tekyetaaga musana wadde omwezi, oba ettabaaza zonna okukimulisa.

### Omwana gw'endiga ng'ono y'ettabaaza ya Yerusaalemi Empya

Yokaana teyalaba kintu kyonna kiyinza kumulisa mu kibuga gamba ng'omusana oba omwezi, oba ettabaaza ez'ekika kyonna. Lwakuba Yesu Kristo, ng'ono ye mwana gw'endiga, Y'ettabaaza mu kibuga kya Yerusaalemi Ekiggya.

Yokaana 1:3 wasoma nti, "Ebintu byonna byakolebwa

ku bw'omwoyo, era awatali ye tewaakolebwa kintu na kimu ekyakolebwa." Mu Yokaana 15:5 wasoma, "Nze muzabbibu, mwe matabi, abeera mu nze, nange mu ye, oyo abala ebibala bingi, kubanga awatali nze temuliiko kye muyinza kukola." Tulina okukitegeera nti ku lwa Yesu Kristo buli kimu kyatondebwa, okuteekebwateekebwa kw'omuntu kwatandika ku nsi kuno, era ekkubo ery'obulokozi lyagulibwaawo.

Olw'okuba omuntu eyasooka Adamu yakola ekibi eky'obujeemu, abantu bonna balina okugwa mu kkubo ery'okufa (Abaruumi 6:23). Katonda kwagala yasindika Yesu eri ensi eno okumalawo ekizibu kino eky'ekibi. Yesu, Omwana wa Katonda eyajjira mu mubiri ku nsi kuno, yagyawo ebibi byaffe ng'ayiwa omusaayi Gwe, era n'afuuka ekiba ekbereberye eky'okuzuukira ng'amenya amaanyi g'okufa.

Era ekyavaamu, abo bonna abakkiriza Yesu ng'Omulokozi waabwe bafuna obulamu era basobola okwetaba mu kuzuukira, n'ebeeyagalira mu bulamu obutaggwaawo era ne bafuna n'okuddibwamu eri buli kye basaba ku nsi kuno. Era, abaana ba Katonda kati bayinza okufuuka ekitangaala ky'ensi nga bbo bennyini batambulira mu kitangaala, era ne baddiza Katonda ekitiibwa okuyita mu Yesu Kristo. Kwe kugamba, nga ettaala bweyinza okugaba ekitangaala, n'ekitangaala ky'ekitiibwa kya Katonda kimulisa nnyo nnyini ddala okuyita mu mulokozi Yesu.

## 2. Essanyu ery'amaanyi ery'omu Yerusaalemi Empya

Bwe tulengerera ewala munda we Kibuga kya Yerusaalemi Ekiggya, tusobola okulengera ebizimbe ebirungi ebikoleddwa mu mayinja ag'omuwendo aga buli kika ne zaabu okuyita mu bire eby'ekitiibwa. Ekibuga kyonna kirabika nga kiramu n'emataala amangi ag'etabuddetabudde: amataala agava mu nnyumba ezikoleddwa mu mayinja ag'omuwendo; ekitangaala ky'ekitiibwa kya Katonda; n'ekitangaala ekiva mu bisenge ebya Yasepi ne zaabu omulungi ennyo mu langi ezivuddeyo obulungi eza bbululu.

Tuyinza tutya okunyonyola mu bigambo obugambo essanyu n'okusanyuka ebiba ku muntu ayingira Yerusaalemi Empya? Ekibuga kirungi nnyo, kinyirira okukamala, era kyanaamiriza okussuka ne ku ky'olowooza. Wakati w'Ekibuga we wali namulondo ya Katonda, nga wano wewava Omugga ogw'Amazzi ag'Obulamu. Okwetoloola namulondo ya Katonda we wali ennyumba ya Eliya, Enoka, Ibulayimu, ne Musa, we wali eya Mary Mangadaleni, ne Meere omubeererevu, nga bonna bano bayagalibwa nnyo nnyo Katonda.

### Olubiri lwa Mukama

Olubiri lwa Mukama lusangibwa ku mukono ogwa ddyo, wansi ko ku namulondo ya Katonda, eyo Katonda gyabeera mukusinza oba ku mbaga mu kibuga kya Yerusaalemi Ekiggya. Mu lubiri lwa lwa Mukama, waliwo ekizimbe ekinene ennyo nga kirina akasolya aka zaabu wakati, era okukyetoloola waliwo ebizimbe ebya buli kika ebitakoma. Naddala, waliyo emisalaba mingi egy'ekitiibwa, nga gyetooloddwa amataala agaaka ennyo, nga giri ku kasolya ka zaabu akakula nga ennukuta "C" etunudde wansi. Gitujjukiza nti twafuna obulokozi era ne tutuuka mu ggulu kubanga Yesu yakomererwa ku musalaba.

Ekizimbe ekinene ekiri wakati w'olubiri luno kyakula nga kisongovu waggulu ku mutwe ate nga wansi kyetoloovu, naye olw'okuba kiwundiddwa n'ebyokwewunda saako amayinja ag'omuwendo amalungi mangi, okumasamasa okw'enjawulo kuva mu buli jjinja era langi bwe z'egatta zikola langi za musoke. Singa tuba baakugeraageranga lubiri lwa Mukama n'ebizimbe by'oku nsi kuno ebikoleddwa abantu, ekizimbe ekiyinza okukyefaanaanyirizaako ye lutiko ya St. Basil esangibwa mu kibuga Moscow mu nsi ye Russia. Wabula, enzimba, ebyakozesebwa, n'obunene tebisobola kugeraageranyizibwa na kizimbe kyonna ekyali kizimbiddwa ku nsi kuno.

Ng'ogyeko ekizimbe kino ekiri wakati, waliyo ebizimbe ebirala bingi mu lubiri lwa Mukama luno. Katonda Kitaffe Yennyini ataddewo ebizimbe bino abo abalina enkolagana ennungi ennyo mu mwoyo basobole okubeera n'abagalwa baabwe. Ennyumba z'abatume ekkumi n'ababiri ze zitunudde mu lubiri lwa Mukama era ziri mu lunyiriri. Ennyumba ya Petero, Yokaana, ne Yakobo ze zisookerwako, olwo ez'abatume abalala ne ziba emabega waazo. Eky'enjawulo ekiriwo kiri nti waliwo ebifo bya Maliya Mangadalena ne Maliya omubeererevu mu lubiri lwa Mukama. Wabula, ebifo bino si bya bakyala bano kubeeramu lubeerera, wabula okubeeramu bwe baba nga bayitiddwa Mukama, naye nga bbo ennyumba zaabwe amakula zisangibwa okumpi ne namulondo ya Katonda.

### Olubiri lw'Omwoyo Omutukuvu

Ku mukono ogwa kkono wansi ko wa namulondo ya Katonda we wali olubiri lw'Omwoyo Omutukuvu. Olubiri luno olunene ennyo luyimirirawo okulaga obugonvu, obukakkamu, n'empisa z'omuzadde omukazi ng'Omwoyo Omutukuvu zalina, waliyo n'ebizimbe ebirala ebyakula ng'ennukuta "C" ey'ewunzise ebyawukana mu bunene.

Akasolya k'ekizimbe ekisingayo obunene wakati w'olubiri luno kalinga ekitole ekimu eky'ejinja ery'omuwendo erya Sadiyo, nga lino lirina amakulu ag'okwagala okwamaanyi. Okwetoloola ekizimbe kino wakulukuta omugga ogw'amazzi Ag'obulamu ogwo ogutandikira ku namulondo ya Katonda n'olubiri lwa Mukama.

Wadde ennyumba z'omu Yerusaalemi Empya nnene nnyo era nga zirabika bulungi nnyo mu ngeri etanyonyolekeka na bigambo, naye olubiri lwa Mukama n'olw'Omwoyo Omutukuvu zo zagenze wala mu bu nnene n'okunyirira. Obunene bwazo oyinza kubugeraageranya na kibuga so si nnyumba buyumba, era nga zizimbiddwa mu ngeri ya njawulo nnyo. Kino kiri bwe kityo lwa kuba, ennyumba endala zizimbibwa ba bamalayika, naye zo zaazimbibwa Katonda Yennyini. Era, ng'olubiri lwa Mukama, ennyumba z'abo abali obumu n'Omwoyo Omutukuvu era nga baatuukiriza obwakabaka bwa Katonda mu kiseera ky'Omwoyo Omutukuvu, n'azo zizimbiddwa bulungi okwetoloola olubiri lw'Omwoyo Omutukuvu.

### Olutindo olw'ebire olw'ekitiibwa era awasisinkanirwa

Wakati w'olubiri lwa Mukama n'olw'Omwoyo Omutukuvu, waliwo olutindo olwakula nga ennukuta "C" nga yeewunzise nga lukoleddwa mu bire ebitangalijja okugatta olubiri lwa Mukama n'olw'Omwoyo Omutukuvu. Wakati w'olutindo luno waliwo ekifo Mukama n'Omwoyo Omutukuvu we basobolera okusisinkana n'ebabaako bye banyumyamu.

N'abatuuze b'omu Yerusaalemi Empya tebakkirizibwa kutuuka mu kifo kino kubanga kyateekebwawo nga kya Mukama n'Omwoyo Omutukuvu. Olumu Mukama yasooka okujja n'alinda oba olumu Omwoyo Omutukuvu yasooka okujja n'alinda Mukama. Wano, banyumyamu mu ngeri ey'omukwano ng'ab'oluganda ku mmeeza ewundiddwa mu mayinja ag'omuwendo wansi wa manvuuli erina langi ezikola musoke. Nga batunuulira Omugga ogw'Amazzi ag'Obulamu ogukulukuta wansi w'olutindo olw'ebire, banyumya ebibali ku mitima, ne boogera ku bye balowooza, ne nsonga endala ze baali tebasobola kwogerako bwe baali bakyaweereza ku nsi kuno. Tebanyumya bunyumya ng'abomukwano kyokka, wabula bagabana n'ebyo bye bawulira n'okugabana okwagala kwa Kitaffe

### Yeekaalu Amakula

Waliyo ebizimbe bingi ebikyazimbibwa okwetooloola olubiri lw'Omwoyo Omutukuvu, era waliyo ekizimbe eky'amaanyi ennyo ekinyirira ennyo. Kirina akasolya ak'etooloovu n'empagi empanvu kkumi na bbiri, era kiriko wankaaki ennene kkumi na bbiri wakati w'empagi. Eno ye Yeekaalu Amakula eyatuumibwa erinnya ly'ekibuga kya Yerusaalemi Ekiggya.

Wabula Yokaana mu Kubikkulirwa 21:22 wagamba, "So ssaalabamu yeekaalu mu kyo, kubanga Mukama Katonda Omuyinza w'ebintu byonna, n'Omwana gw'endiga ye yeekaalu yaakyo." Lwaki Yokaana teyalabamu yeekaalu mu kyo? Abantu batera okulowooza nti Katonda yeetaaga ekifo aw'okubeera, nga eno ye yeekaalu nga naffe bwe twetaaga ekifo eky'okubeeramu. N'olwekyo, ku nsi kuno, tumusinzizza mu yeekaalu eyo ekigambo kya Katonda gye kibuulirwa.

Nga bwe kigambibwa mu Yokaana 1:1 nti, "Ku lubereberye, waaliwo Kigambo, Kigambo n'aba awali Katonda. Kigambo n'aba Katonda," Awo awali Ekigambo, wabaawo Katonda; buli awabuulirwa Ekigambo y'eba yeekaalu. Wabula, Katonda Yennyini abeera mu Kibuga kya Yerusaalemi Ekiggya. Katonda, nga ye Kigambo kyennyini, nga ne Mukama ng'oyo yali wamu ne Katonda, babeera mu Kibuga kya Yerusaalemi Ekiggya, n'olwekyo tewaataagisa yeekaalu ndala yonna. N'olwekyo, okuyita mu mutume Yokaana, Katonda atumanyisa nti yeekaalu teyeetaagisa nti era Katonda ne Mukama ye yeekaalu mu Yerusaalemi Empya.

Olwo, tuba tusigadde twewuunya, lwaki Yeekaalu ennene ennyo ate etaliiwo mu biseera by'omutume Yokaana, ezimbibwa olwaleero? Nga bwe tusanga mu Bikolwa by'abatume 17:24, "Katonda eyakola ensi n'ebirimu byonna, oyo kubanga ye Mukama w'eggulu n'ensi tabeera mu masabo agakolebwa n'emikono," Katonda tabeera mu yeekaalu nti yiino. Era, nga bwe tulaba Zabuli 103:19, "Mukama yanyweza entebe ye mu ggulu, N'obwakabaka bwe bufuga byonna," Namulondo ya Katonda eri mu ggulu.

Mu ngeri y'emu, wadde namulodo ya Katonda eri mu ggulu, Era ayagala okuzimba Yeekaalu amakula eraga ekitiibwa Kye; Yeekaalu Amakula efuuka obujjulizi obwenkukunala obulaga amaanyi ga Katonda ne kitiibwa okwetooloola ensi yonna.

Leero, waliwo ebizimbe bingi eby'amaanyi era ebinene ku nsi kuno. Abantu bakwata sente mpitirivu ne baziteeka mu kuzimba ebzimbe ebirungi ennyo olw'okubatendereza okusinziira ku kwegomba kwabwe, naye tewali n'omu akikolera Katonda, oyo agwanidde okuddiza ekitiibwa. N'olwekyo, Katonda ayagala okuzimba Yeekaalu ennene ennyo era enyirira okukamala okuyita mu baana Be abo abafunye Omwoyo Omutukuvu era ne bafuuka abalongoofu. Bwatyo ayagala abantu abamawanga gonna okumutendereza obulungi mu yo (1 Eby'omumirembe 22:6-16).

Mu ngeri y'emu, Yeekaalu ennene ennungi ennyo ey'amaanyi

bweneezimbibwa nga Katonda bwayagala, abantu bonna okuva mu mawanga gonna bajja kugulumiza Katonda era beetegeke ng'abagole ba Katonda abalungi abanaamwaniriza. Yensonga lwaki Katonda Ategese Yeekaalu ey'amaanyi kibeere ekifo eky'okubuulira abantu enjiri abantu abatabalika basobole okugenda eri ekkubo ery'obulokozi, era bakulemberwe eri Yerusaalemi Empya ku nkomerero y'ensi. Bwe tutegerera ekigendererwa kya Katonda kino, ne tuzimba Yeekaalu ennene Amakula, n'okuddiza Katonda ekitibwa, Ajja kutuwa empeera okusinziira ku bikolwa byaffe bwatyo kwe kuzimba Yeekaalu y'emu Enenne ennyo era Amakula mu Kibuga Yerusaalemi Empya.

N'olwekyo, bwe tuba nga tutunuulira Yeekaalu Amakula ekoleddwa mu mayinja ag'omuwendo ne zaabu ebitayinza kugeraageranyizibwa ku bintu ebizimbisibwa wano ku nsi, abo abayingira eggulu bajja kuba n'okwagala kwa Katonda okutakyukakyuka okwo okwatutwala eri ekkubo ery'ekitiibwa n'emikisa okuyita mu kuteekateeka omuntu.

### Ennyumba z'omu ggulu ziwundiddwa n'amayinja ag'omuwendo ne zaabu

Okwetooloola olubiri lw'Omwoyo Omutukuvu we wali ennyumba eziwundiddwa n'amayinja ag'omuwendo omungi aga buli kika, era waliwo n'enyumba endala nnyingi ezikyazimbibwa. Tuba tulaba bamalayika bangi abali ku mulimu, nga bateeka amayinja ag'omuwendo wano ne wali oba nga beerula awantu awagenda okuzimbibwa amayumba. Mu ngeri eno, Katonda agaba empeera okusinziira ku bikolwa bya buli muntu era n'aziteeka mu nyumba y'omuntu oyo.

Katonda lumu yandaga ennyumba bbiri ez'abakozi abeesigwa

ab'ekanisa eno. Omu ku bbo abadde nsulo ey'okuzaamu ekanisa amaanyi ng'asaba emisana n'ekiro olw'obwakabaka bwa Katonda, era ennyumba ye ezimbiddwa n'akawoowo k'okusaba n'obugumiikiriza, era ewundiddwa n'amayinja agamasamasa okuva ku mulyango.

Era, okumujjukiza empisa ze ennungi, mu kasonda akamu mu nnimiro waliwo emmeeza kwasobola okunywera ka ccaayi n'abagalwa be. Waliwo n'ebika by'ebimuli ebitonotono bingi eby'alangi ez'enjawulo mu busubi. Bino nno by'ogera ku w'oyingirira wokka ne nnimiro eby'enyumba y'omuntu. Kubisaamu ate mu nnyumba ennene munaanyirira kyenkana wa?

Ennyumba endala Katonda gye yandaga ye y'omukozi eyeewaddeyo ng'ayita mu bitabo okubuulira abantu enjiri ku nsi kuno. Nnasobola okulaba ekisenge ekimu mu bingi ebiri mu nnyumba ennene. Nga mulimu emmeeza, n'entebe, n'akantu okutuula omussubbaawa, era nga byonna bikolweddwa mu zaabu, era nga mu kisenge kino mulimu ebitabo bingi. Eno y'empeera ey'okumuweebwa era ng'ajjukirwa olw'emirimu gye egy'okugulumiza Katonda okuyita mu kubuulira enjiri gy'ayisa mu kuwandiika ebitabo, era olw'okuba Katonda akimanyi nti anyumirwa nnyo okusoma ebitabo.

Mu ngeri y'emu, Katonda takoma ku kyakutegeka nnyumba zaffe ez'omu ggulu kyokka, wabula n'okutuwa ebintu ebirungi bwe bityo bye tutayinza n'akulowoozaako nga atuwa empeera olw'okuba twerekereza amasanyu g'ensi eno ne twemalira ku kutuukiriza Obwakabaka Bwe.

## 3. Olubeerera Ne Mukama Omugole Waffe Omusajja

Mu Kibuga kya Yerusaalemi Ekiggya, embaga eza buli kika, omuli n'ezo ezitegekeddwa Katonda Kitaffe, zibaayo obutakoma. Kino kiri bwe kityo lwakuba abo ababeera mu Yerusaalemi Empya basobola okuyita ab'oluganda ababeera mu bifo ebirala eby'okubeeramu mu ggulu.

Nga kya kitiibwa era nga kisanyusa okuba ng'obeera mu Yerusaalemi Empya ng'oyitibwa Mukama okugabana Naye okwagala era ng'obeerawo ku mbaga ennungi!

### Okwanirizibwa Obulungi mu Lubiri lwa Mukama

Abantu b'omu Yerusaalemi Empya bwe bayitibwa Mukama Omugole waabwe omusajja okubaawo ku mbaga, beewunda ng'abagole abasinzeeyo okunyirira n'emitima emisanyufu n'ebakung'anira mu lubiri lwa Mukama. Abagole bano abakazi aba Mukama omugole omusajja bwe batuuka ku lubiri Lwe, wabaawo bamalayika babiri ku buli ludda olwa wankaaki ezimasamasa nga baaniriza abagenyi n'egonjebwa. Essaawa eno, abuwoowo okuva mu bisenge ebyawundibwa n'amayinja ag'omuwendo omungi n'ebimuli bwetooloola emibiri gyabwe okwongera ku ssanyu lyabwe.

Omuntu bwayingira bwati mu wankaaki enkulu, amaloboozi g'okutendereza agakwata munda ddala w'omwoyo gw'omuntu gawulikika mu ngeri yekimpowooze. Era, omuntu bwawulira amaloboozi ago, eddembe, essanyu, n'okwebaza Katonda bikulukuta okuva mu mutima gwe kubanga bakimanyi Yabatuusizaayo.

Bwe baba nga batambulira ku nguudo eza zaabu ezitangaijja ng'endabirwamu okutuuka ku nnyumba ennene, bawerekerwako bamalayika era ne bayita ku bizimbe ebirala ebirungi n'ennimiro. Okutuuka lwe batuuka ku nnyumba ennene, emitima gyabwe giba gibakuba nga beesunga okusisinkana Mukama. Bwe baba banaatera okutuuka okumpi n'ennyumba ennene, batandika okulaba Mukama Yennyini ng'abalindiridde okubaaniriza. Amaziga gatandikirawo wabula badduka ne basisinkana Mukama n'essanyu lingi nga bayaayaana okumulaba wakiri eddakiika. Mukama abalinda ng'ayanjuluza emikono Gye, nga n'amaaso Ge gajjudde okwagala n'obuteefu, buli omu ku bbo amuggwa mu kifuba.

Mukama abagamba, "Mujje, Abagole bange abalungi! Nsanyuse okubalaba!" Abo abayitiddwa boogera nga bali mu kafuba Ke, nga bagamba, "Nneebaza okuva ku ntobo y'omutima gwange okumpita okubaawo!" Olwo, ne batambula wano ne wali nga bakwataganye mu mikono ne Mukama nga abagalana ababiri abali mu mukwano omungi, nga banyumya emboozi ennyuma gye baali beesunga okuba nayo okuva nga bakyali ne ku nsi. Ku mukono ogwa ddyo ogw'ennyumba ennene we wali ennyanja ennene, era Mukama annyonyola mu bujjuvu bye yali awulira n'embeera mwe yali mu biseera by'obuweereza Bwe ku nsi kuno.

### Nga bali emabbali ge Nnyanja ebajjukiza enyanja ye Ggaliraaya

Lwaki ennyanja eno ebajjukiza ennyanja ye Ggaliraaya? Katonda yakola ennyanja eno ng'ekijjukizo kubanga Mukama yatandikira ku nnyanja eno Galiraaya okuweereza era obuweereza bwe obusinga yabukolera okwetooloola ennyanja eno Ggalilaaya (Matayo 4:23). Isaaya 9:1 reads, "Naye tewaliba kizikiza eri oyo eyali abonyaabonyezebwa. Edda yanyoomya ensi ya Zebbulooni n'ensi ya Nafutaali, naye mu kiseera eky'oluvannyuma agifudde ya kitiibwa, awali ekkubo ery'ennyanja, emitala wa Yoludaani,

Ggaliraaya ey'amawanga." Kyalangiribwa nti Mukama yali waakutandika obuweereza Bwe ku nnyanja Ggaliraaya era obunnabbi buno bwatuukirizibwa.

Ebyennyanja bingi ebifulumya langi ez'enjawulo ez'amataala biwugira mu nnyanja eno ennene. Mu Yokaana 21, Mukama eyali azuukidde yalabikira Petero, eyali tannakwatayo kyennyanja kyonna, n'amugamba, "Musuule omugonjo ku luuyi olwa ddyo olw'eryato, munaakwasa" (olu. 6), era Petero bwe yakola bwatyo, yakwata ebyenyanja 153. Mu nnyanja eri mu lubiri lwa Mukama n'amwo mulimu eby'enyanja 153, era nga kino n'akyo kitujjukiza obuweereza bwa Mukama. Eby'ennyanja bino bwe bibuuka mu bbanga n'ebikola obukoddyo obunyuma, langi zaabyo zikyukakyuka mu ngeri nyingi okwongera ku ssanyu n'okunyumirwa okw'abo abaayitiddwa.

Mukama atambula ku nnyanja eno nga bwe yakola ku nnyanja ya Ggalilraaya ku nsi kuno. Olwo, abo abaayitiddwa ne bayimirira okwotooloola ennyanja mu ssanyu era nga baagala Mukama abeeko kyayogera. Abanyonyola mu bujjuvu embeera mwe Yatambulira ku nnyanja Ggaliraaya ku nsi kuno. Awo, Petero, eyatambulira ku mazzi okumala akaseera akatono ku nsi kuno ng'agondera Ekigambo kya Mukama, ajja kuwulira bubi olw'okuba yabbira mu mazzi olw'okukkiriza kwe okutono (Matayo 14:28-32).

### Ekifo eky'ekijjukizo okujjukirirwa Obuweereza bwa Mukama

Ng'abakyalira ebifo eby'enjawulo ne Mukama, abantu baba balowooza ku biseera eby'okuteekebwateekebwa kwabwe ku nsi, era bawulira okwagala kwa Mukama ne Katonda nga kubayitiriddeko eyategeka eggulu. Batuuka mu kifo eky'ekijjukizo ekisangibwa ku mukono ogwa kkono ogw'ennyumba ennene mu lubiri lwa Mukama. Katonda Kitaffe yennyini Yeeyakizimba okusobola okujjukukira abantu obuweereza bwa Mukama ku nsi kuno abantu basobole okulaba n'okuwulira nga bwe byali ddala. Eky'okulabirako, ekifo Pontias Piraato we yasalira Yesu omusango ne Dolorosa weyeetikira omusalaba okutuuka e Gologoosa nga bakizimbira ddala mu ngeri y'emu. Abantu bwe balaba ebifo bino, Mukama abannyonyola embeera nga bwe yali mu kiseera ekyo.

Si bbanga ddene nnyo, okuyita mu kwolesebwa kw'Omwoyo Omutukuvu, n'ategeera ku bigambo Mukama bye yayogera mu kiseera ekyo, era njagala ngabaneko ebimu nammwe. Bye bigambo ebyali ku mutima gwa Mukama, eyajja ku nsi kuno oluvanyuma lw'okwelesa ebitiibwa Bye byonna mu ggulu, nga yabyogera bwe yali alinyalinya Ggologosa n'omusalaba.

Taata! Kitange!
Kitange, atuukiridde mu kitangaala,
ddala buli kimu okyagala!
Ensi kwe nnalinnya
omulundi ogwasooka Naawe,
n'abantu,
okuva lwe baatondebwa,
kati ate obubi bubayitiridde ...

Kati nkitegeera
Lwaki wansindika wano,
lwaki wandeka okuyita mu buzibu buno
obuva mu mitima gy'abantu aboonoonesa,
na lwaki wang'anya okukka wano ku nsi

okuva mu kifo eky'ekitiibwa mu ggulu!
Kati nsobola okuwulira n'okutegeera
Ebintu byonna
munda ddala mu mutima Gwange.

Naye Kitange!
Mmanyi nti ojja kuzzaawo buli kimu
mu bwenkanya Bwo ne byama Byo ebikwekeddwa.
Kitange!
Bino byonna ebintu bya kiseera buseera.
Naye olw'ekitiibwa
Kyogenda Okumpa,
N'amakubo g'omusana
G'ogulidde abantu bano,
Kitange,
Ntwala omusalaba guno n'essuubi wamu ne ssanyu.

Kitange, Nsobodde okukwata ekkubo lino
kubanga nzikkiriza
nti Ojja kuggulawo ekkubo lino era omulise
n'olukusa Lwo era mu kwaala Kwo,
era Ojja okwakayakanya Omwana Wo
n'amataala amalungi
ng'ebintu bino byonna biwedde
mu kaseera akali okumpi okuddako.

Kitange!
Ensi kwe n'atambuliranga nga ekoleddwa mu zaabu,
enguudo ze Nnakozesanga n'azo zaabu,
obuwoowo bw'ebimuli bwe nnawunyirizanga

tebusobola kugeerageranyizibwa
na bwa wano ku nsi,
ebika by'engoye ze
Nnayambalanga
byanjawulo nnyo ku bya wano,
n'ekifo mwe nabeeranga
kifo kya kitiibwa nnyo.
Era nandyagadde abantu bano
okumanya ekifo ekyo ekirungi era eky'eddembe.

Kitange,
Ntegeera buli kimu mu ekiri mu kigendererwa Kyo.
Lwaki wanzaala,
lwaki Wampa omulimu guno,
era lwaki wanzikiriza okukka wansi wano
okulinnya ku nsi eyonoonesa,
n'okusoma ebirowoozo by'abantu ab'onoonese.
Nkutendereza Kitange
Olw'okwagala Kwo, amaanyi,
n'olw'ebintu byonna ebitalina bbala lyonna.

Kitange Omulungi!
Abantu balowooza nti Sseerwanako,
nti era neeyita kabaka w'Abayudaayo.
Naye Kitange,
basobola batya okutegeera bino ebibaddewo
ebiva mu mutima Gwange,
okwagala kwa Kitange okukulukuta okuva mu
mutima Gwange,
okwagala eri abantu bano

okuva mu mutima Gwange?

Kitange,
Abantu bangi bajja kumanya era bategeera
Ebintu eby'okubaawo gye bujja
okuyita mu Mwoyo Omutukuvu
Gw'ojja okubawa ng'ekirabo
nga nze ng'enze.
Olw'obulumi buno obw'ekiseera bwe ndimu,
Kitange, tokulukusa maziga
Era tonzigyako maaso Go.
Toganya mutima Gwo kujjula bulumi,
Kitange!

Kitange, Nkwagala nnyo!
Okutuusa nga nkomereddwa,
nga njiye omusaayi Gwange n'enzisa omukka
Gwange ogusembayo,
Kitange, bino byonna mbirowoozaako
N'omutima gw'abantu bano.

Kitange, towulira bubi
wabula gulumizibwa okuyita mu Mwana Wo,
era ekigendererwa n'enteekateeka zonna eza Kitange
zijja kutuukirizibwa emirembe n'emirembe

Yesu annyonyola ebyali bitambula mu birowoozo Bye ng'ali ku musalaba: ekitiibwa ky'eggulu; Ye Yennyini ng'ayimiridde mu maaso ga Kitaffe; abantu; n'ensonga lwaki Kitaffe yalina okumuwa omulimu guno, n'ebirala bingi.

Abo abaayitiddwa mu lubiri lwa Mukama bakulukusa amaziga nga bwe bawuliriza bino era ne beebaza Mukama olw'okukkiriza omusalaba ku lwabwe, okuva ku ntobo y'emitima gyabwe, era ne boogera nti "Mukama wange, ddala Gwe Mulokozi wange !"

Olw'okujjukira ebizibu Mukama bye yayitamu, Katonda yakola enguudo nnyingi ez'amayinja ag'omuwendo mu lubiri lwa Mukama. Omuntu bwatambulira ku nguudo eza zimbibwa era ne ziwundibwa n'amayinja ag'omuwendo omungi mangi aga langi ez'enjawulo, ekitangaala kyeyongera era n'obeera ng'atambulira ku mazzi. Era, olw'okujjukira nti yawanikibwa ku musalaba okusobola okununula abantu okuva mu bibi byabwe, awo Katonda Kitaffe yakola omusalaba ogw'embaawo nga gusigiddwako omusaayi. Era waliwo n'ekigango mu Betelekemu omwo Mukama mwe yazaalibwa, era waliyo n'ebintu ebirala bingi eby'okulaba okusubula okubeera nga eyaliyo ebiseera ebyo. Abantu bwe bakyalira ebifo bino, basobola okuwulira ddala n'okulaba emirimu gya Mukama olwo ne basobola okuwulira okwagala kwa Mukama ne Kitaffe mu bujjuvu era ne bamuddiza ekitiibwa n'okumwebaza.

## 4. Ekitiibwa ky'abatuuze b'omu Yerusaalemi Empya

Yerusaalemi Empya kye kifo ekikyasinzeeyo obulungi mu ggulu era nga waweebwa ng'empeera eri abo abatuukiriza obutukuvu mu mitima gyabwe era nga baali beesigwa mu byonna mu nnyumba ya Katonda. Okubikkulirwa 21:24-26 watugamba ebika by'abantu abafuna ekitiibwa eky'okuyingira mu Yerusaalemi Empya:

N'amawanga ganaatambuliranga mu musana gwakyo ne bakabaka b'ensi baleeta ekitiibwa kyabwe mu kyo. N'emiryango gyakyo tegiggalwe nga nakatono (kubanga eyo ekiro tekiibengayo) era balireeta ekitiibwa n'ettendo ery'amawanga mu kyo.

### Amawanga ganaatambuliranga mu musana gwakyo

Wano, "amawanga" kiba kitegeeza abantu bonna abalokole awatali kutunuulira mawanga gaabwe. Wadde obutuuze bw'abantu, amawanga gye bava, n'ebintu ebirala byawukana okuva ku muntu omu okudda ku mulala, abantu kasita bafuuka abalokole okuyita mu Yesu Kristo, bonna bafuuka baana ba Katonda n'obutuuze bwabwe ne buba mu bwakabaka obw'omu ggulu.

N'olwekyo, ebigambo "Amawanga ganaatambuliranga mu musana gwakyo" bitegeeza nti abaana ba Katonda bonna bajja kutambulira mu musana gw'ekitiibwa kya Katonda. Wabula, si buli mwana wa Katonda nti ajja kuba n'ekitiibwa eky'okujja nga bwayagala mu Kibuga kya Yerusaalemi Ekiggya. Kino kiri bwe kityo lwakuba abo ababeera mu Lusuku lwa Katonda, obwakabaka obusooka, Obw'okubiri, oba obw'okusatu obw'omu ggulu basobola okuyingira munda wa Yerusaalemi Empya nga bamaze kuyitibwa. Abo bokka abaatukuzibwa mu bujjuvu era nga baali beesigwa mu byonna mu nnyumba ya Katonda bebasobola okuba n'omukisa ogw'okulaba Katonda Kitaffe maaso ku maaso mu Yerusaalemi Empya emirembe n'emirembe.

### Bakabaka b'ensi baleeta ekitiibwa kyabwe mu kyo

Ebigambo "bakabaka b'ensi " baba boogera kw'abo abaalinga abakulembeze ab'omwoyo ku nsi kuno. Bamasamasa ng'amayinja ag'omuwendo ekkumi n'abiri ag'emisingi ekkumi n'ebiri ag'ebisenga bya Yerusaalemi Empya era nga balina ebisaanyizo ebibakkiriza okubeera mu Kibuga. Kye kimu, n'abo abagalibwa ennyo Katonda, bwe bayimirira mu maaso Ge, bajja kuba baleese eby'okuweebwayo bye bategese n'emitima gyabwe gyonna. Bwe njogera ku "biweebwayo" Mba ntegeeza buli kimu kye baakozesa okuddiza Katonda ekitiibwa n'emitima gyabwe egyo egitangalijja ng'amayinja ag'omuwendo.

N'olwekyo, "bakabaka b'ensi baleeta ekitiibwa kyabwe mu kyo" kitegeeza nti bajja kutegeka ebintu byonna bye baakolera obwakabaka bwa Katonda ne baddiza Katonda ekitiibwa, ng'ebiweebwayo olwo bayingire n'abyo Yerusaalemi Empya.

Bakabaka b'ensi eno bawa bakabaka ababasingako amaanyi ebiweebwayo mu ngeri y'okubawaana, naye ebiweebwa Katonda bimuweebwa n'okwebaza okungi olw'okuba yabatwala eri ekkubo ery'obulokozi n'obulamu obutaggwaawo. Katonda akkiriza ebiweebwayo bino ng'asanyuse era n'abawa empeera ez'ekitiibwa eky'okubeera mu Kibuga kya Yerusaalemi Empya.

Mu Yerusaalemi Empya, temuli kizikiza kubanga Katonda, nga Ye Yennyini gwe musana, abeera eyo. Engeri gye tali kiro, bubi, kufa, oba ababbi, tekyetaagisa kuggalawo wankaaki za Yerusaalemi Empya. Kyokka, ensonga lwaki ebyawandiikibwa bigamba "misana" lwakuba bye tumanyi birina webikoma n'obusobozi bw'okutegeera eggulu mu bujjuvu n'abwo bulina we bukoma.

### Balireeta ekitiibwa n'ettendo ery'amawanga mu kyo

Olwo, ebigambo "balireeta ekitiibwa n'ettendo ery'amawanga mu kyo" bitegeeza ki? Wano "baba boogera ku abo bonna abafunye obulokozi okuva mu mawanga gonna ag'ensi eno, era "balireeta ekitiibwa n'ettendo ery'amawanga mu kyo" kitegeeza nti abantu bano bajja kujja mu Yerusaalemi Empya n'ebintu ebyo bye baakozesanga okuwa Katonda ekitiibwa, bwe baali nga bavaamu evvumbe eddungi erya Yesu Kristo ku nsi kuno.

Omwana bwasoma ennyo n'obubonero bwe ne bugenda waggulu, ajja kwewaanira ku bazadde be. Bazadde n'abo bajja kusanyuka naye kubanga bajja kuba nga beenyumiriza mu kufuba kwe, wadde ayinza okuba nga teyafunye bubonero busingayo bungi, naye. Mu ngeri y'emu, gye tukoma okutambulira mu kukkiriza olw'obwakabaka bwa Katonda ku nsi kuno, tufulumye evumbe eddungi erya Yesu Kristo era ne tuddiza Katonda ekitiibwa, era kino akikkiriza n'essanyu.

Kyogeddwa waggulu nti "bakabaka b'ensi eno balireeta ekitiibwa kyabwe mu kyo," era ensonga lwaki kisoma nti "bakabaka b'ensi eno" ekisooka kwe kulaga enkola ennungi egobererwa ey'omwoyo n'okulaga abantu abasooka okujja eri Katonda.

Abo abalina ebisaanyizo by'okubeera mu Yerusaalemi Empya emirembe gyonna nga balina ekitiibwa ng'eky'omusana be bajja okugenda eri Katonda okusooka, kulyoke kuddeko abo bonna abalokoleddwa okuva mu mawanga gonna n'ekitiibwa nga kibaweebwa nga bwe bagoberagana. Tulina okukitegeera nti bwe tuba tetulina bisaanyizo kubeera mu Yerusaalemi Empya olubeerera, Ekibuga tuba tukikyalirako lumu na lumu.

### Abo abataliyingira Yerusaalemi Empya

Katonda Kwagala ayagala buli omu afune obulokozi era buli omu Amuwe ekifo eky'okubeeramu mu ggulu n'ebirabo eby'omu ggulu okusinziira ku bikolwa bye. Yensonga lwaki abo abatalina bisaanyizo bibayingiza Yerusaalemi Empya bajja kuyingira mu Bwakabaka obw'omu ggulu Obw'okusatu, Obw'okubiri oba Obusooka n'Olusuku lwa Katonda okusinziira ku kigera ky'okukkiriza kwabwe. Katonda ategekayo embaga n'abayita okujja mu Yerusaalemi Empya n'abo basobole okweyagalira mu kibuga kino amakula.

Wabula, osobola okukiraba nti waliwo abantu nga bbo tebaliyingira mu Yerusaalemi Empya wadde nga Katonda yandagadde okubasaasira. Okugeza, Abo abatalokokangako tebaliraba kitiibwa kya kya Yerusaalemi Empya.

Ekintu kyonna ekitali kirongoofu newakubadde akola eky'omuzizo n'obulimba, wabula abo bokka abawandiikiddwa mu kitabo eky'obulamu eky'Omwana gw'endiga (Okubikkulirwa 21:27).

"Ekitali kirongoofu" wano kitegeeza abasalira banaabwe emisango n'okubavumirira, n'okwemulugunya nga weenoonyeza bibyo bya kufunamu. Omuntu ow'ekika kino abeera ng'omulamuzi era n'avumirira abalala nga bwayagala, mu kifo ky'okubategeera. "Eky'omuzizo" wano baba boogera ku bikolwa byonna ebiva mu mutima gw'omuntu akola eby'omuzizo mu ngeri eya kirumira mpuyi bbiri. Olw'okuba abantu ng'abo baba balina emitima n'ebirowoozo eby'obukuusa era nga gy'onoonese nnyo, beebaza lwokka lwe baddiddwamu okusaba kwabwe, era tewayitawo kiseera nga bazeemu okwemulugunya ne bakaaba bwe basisinkana ebizibu. Mu ngeri y'emu, abo abalina emitima egiswadde balimba okutegeera kwabwe era tebalwawo kukyusa birowoozo byabwe nga banoonya okwekkusa.

Omuntu "omulimba" y'oyo ey'ebba yekka n'okutegeera kwe, era tulina okukitegeera nti obulimba obw'ekika kino ke kafuuka akatego ka Setaani. Era waliwo n'abalimbi ab'olulango so nga waliwo n'abo abalimba ku lw'obulungi bwa balala, naye Katonda ayagala tusuule eri n'okulimba okw'ekika kino. N'olwekyo waliwo abantu abamu abalumya abalala nga bawa obujjulizi obw'obulimba, era omuntu ow'ekika kino abba abalala n'ekigendererwa ekibi tajja kulokolebwa. Era, abo ababba Omwoyo Omutukuvu oba mu mirimu gya Katonda n'abo bayitibwa "balimba." Yuda Esukalioti, omu ku bayigirizwa ekkumi n'ababiri aba Yesu, ye yali akwata sente era abeera abba mu mulimu gwa Katonda ng'abba ku sente zeyaterekanga, n'okukola ebibi ebirala. Sitaani yamala n'amuyingiramu, n'atunda Yesu ebitundu asatu ebya feeza era bwatyo n'eyeegoba yekka olubeerera.

Waliwo n'abantu abalaba abalwadde nga bawona n'emizimu okugobebwa ku lw'Omwoyo Omutukuvu mu maanyi ga Katonda, naye era ne bawakanya emirimu gino nga bagamba nti egyo mirimu gya Sitaani. Abantu bano tebasobola kuyingira mu ggulu kubanga bavvoola era ne boogera bubi ku Mwoyo Omutukuvu. Tetulina kulimba mu mbeera yonna mu maaso ga Katonda.

### Okuwandukulula amannya mu kitabo eky'obulamu

Bwe tulokolebwa olw'okukkiriza, amannya gaffe gawandiikibwa mu Kitabo eky'obulamu eky'Omwana gw'endiga (Okubikkulirwa 3:5). Kyokka, ng'ekyo tekitegeeza nti buli muntu yenna akkiriza Yesu Kristo ajja kulokolebwa. Tusobola okukolokolebwa singa tutambula ng'ekigambo kya Katonda bwe kiragira era n'etufaananya Mukama omutima nga tukomola emitima gyaffe. Bwe tuba tukyatambulira mu gatali mazima wadde nga tumaze okukkiriza Yesu Kristo, amannya gaffe gajja kuwandukululwa okuva mu Kitabo ky'Obulamu era ku nkomerero tetujja kufuna bulokozi.

Ku kino, Okubikkulirwa 22:14-15 watugamba nti balina omukisa aboyoza ebyambalo byabwe era abo abatayoza byambalo byabwe tebajja kulokolebwa:

> Baweereddwa omukisa abayoza ebyambalo byabwe, balyoke babeere n'obuyinza ku muti ogw'obulamu era balyoke bayingire mu kibuga nga bayingira mu miryango. Ebweru y'eri embwa n'abalogo n'abenzi, n'abassi, n'abasinza ebifaananyi, na buli ayagala n'akola obulimba

"Embwa" wano baba bategeeza abo abakola agatali mazima bulijjo bulijjo. Abo abataleka bubi bwabwe wabula ne basigala nga babuddamu tebaliyinza kulokolebwa. Babeera ng'embwa ezidda ku bisesemye byazo oba ng'akabizi, akaba kakanaaba ate ne kadda mu kiddiba kyako ne keevuluga. Kino kiri bwe kityo lwakuba balabika ng'abasudde eri ebibi byabwe, wabula ne badda mu mbeera zaabwe ez'obubi, era baba nga abateredde, naye ne badda mu bubi.

Wabula, Katonda asanyukira okukkiriza kw'abo abagezaako okukola obulungi ne bwe baba tebatuukiriza ebyo byonna ekigambo kya Katonda kye bigamba. Baba bajja kulokolebwa kuba baba bakyakyuka era Katonda bano okufuba kwabwe akuyita kukkiriza.

"Abalogo" baba boogera ku abo abakola eby'obufuusa." Bakola eby'omuzizo, era ne baviirako abalala okusiinza bakatonda abalala. Kino kyamuzizzo nnyo eri Katonda.

"Abenzi" b'ebo abayenda wadde balina bakyala baabwe oba abaami baabwe. Obwenzi obw'omubiri si bwe bwokka obuliyo wabula n'obwenzi obw'omwoyo, nga kwe kuba ng'oyagala nnyo ekintu okusinga Katonda. Singa omuntu oyo ategeredde ddala Katonda Omulamu era n'alaba n'okwagala Kwe wabula n'abeera ng'akyayagala ebintu ebirala eby'ensi nga sente, ab'omu maka ge okusinga bwayagala Katonda, omuntu oyo aba akola ekibi ky'obwenzi obw'omwoyo era nga kino si kituufu mu maaso ga Katonda.

"Abassi" B'ebo abakola obutemu obw'omubiri n'obw'omwoyo. Bw'oba ng'omanyi amakulu ag'omwoyo "ag'obutemu" obeera tosobola kuvaayo n'ogamba nti tottanga ku muntu yenna. Obutemu obw'omwoyo kwe kuleetera abaana ba Katonda okwonoona era ne bafiirwa obulamu bwabwe obw'omwoyo (Matayo 18:7). Bw'oleetera omuntu okunnyolwa n'ebyo ebikontana n'amazima, obwo n'abwo buba butemu obw'Omwoyo (Matayo 5:21-22).

Era, buba butemu bwa mwoyo okukyawa abalala, okubakwatirwa obujja n'okuba n'obuggya, okusalira abalala omusango, okubavumirira, okuwakana, okunyiiga, okubba abalala, okulimba, okweyawula n'okwekutulamu, okuwaayiriza abalala, n'obutayagala balala wadde okubasaasira (Abagalatiya 5:19-21). Ebiseera ebimu, waliwo abantu abawaba mu bubi bwabwe bwe nnyini. Eky'okulabirako, Bwe baleka Katonda kubanga bafunyeemu obutategeeragana na muntu wa mu kanisa, kiba mu bubi bwabwe bwe nnyini. Singa baali bakkiririza ddala mu Katonda, tebandiwabye.

Era, "abasinza ebifaananyi" kye kimu ku bintu Katonda byasinga okukyawa. Mu kusinza-ebifaananyi, waliwo okusinza ebirabwako n'okusinza ebifaananyi okw'omwoyo. Okusinza-ebifaananyi ebirabwako kwe kukola ekintu kyonna n'okitwala nga katonda wo era n'otandika okukisinza (Isaaya 46:6-7). Ate okusinza- ebifaananyi okw'Omwoyo kye kintu kyonna ky'oba oyagala ennyo okusinga Katonda. Omuntu bwayagala nnyo omwami we oba mukyala we oba abaana be okusinga Katonda mu kwenoonyeza ebyabwe, oba okumenya amateeka ga Katonda olw'okwagala ennyo sente, etutumu, oba amagezi okusinga bwe bagaala Katonda, kuno kuba kusinza bifaananyi mu by'omwoyo.

Abantu ab'ekika kino, ne bwe bayita kyenkana ki nti "Mukama, Mukama" era ne bagendanga mu kanisa, tebasobola kulokolebwa wadde okuyingira eggulu kubanga baba tebaagala Katonda.

N'olwekyo, bw'oba nga wakkiriza Yesu Kristo, era n'ofuna Omwoyo Omutukuvu ng'ekirabo okuva ewa Katonda, era ng'erinnya lyo liwandiikiddwa mu kitabo eky'Obulamu eky'Omwana gw'endiga, nkwegayiridde fuba okujjukira nti osobola okuyingira eggulu n'okutambula ng'odda eri Yerusaalemi Empya singa otambulira mu kigambo kya Katonda.

Yerusaalemi Empya kye kifo abo bokka abatukuziddwa mu mitima gyabwe era nga beesigwa mu byonna mu nnyumba ya Katonda be basobola okuyingirayo.

Ku ludda olumu, abo abayingira Yerusaalemi Empya basobola okusisinkana Katonda maaso ku maaso, ne boogera emboozi ezinyuma ne Mukama, ne banyumirwa ekitiibwa n'ettendo ebitagambika bye banaabamu. Ku ludda olulala, abo abayingira mu Lusuku lwa Katonda, obwakabaka obusooka, Obw'okubiri, oba obw'okusatu obw'omu ggulu basobola okuyingira ekibuga kya Yerusaalemi Empya nga bamaze kuyitibwa ku mbaga ez'enjawulo omuli n'ezo ezitegekeddwa Katonda Kitaffe.

Nsaba mu linnya lya Mukama Yesu Kristo nti ofuuke omwana wa Katonda omutuufu oyo alwana okulwana okulungi eri ekibi okutuuka ku ssa ly'okuyiwa omusaayi, ng'otuukiriza obutuukirivu mu mutima, era ng'oli mwesigwa mu byonna mu nnyumba ya Katonda osobole okuyingira mu Yerusaalemi Empya olubeerera.

# Essuula 8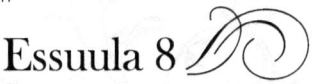

## "Nnalaba Ekibuga Ekitukuvu, Yerusaalemu Empya"

1. Ennyumba ez'omu ggulu ennene ekitagambika
2. Olubiri Amakula Awatamala gayingirwa
3. Okulambula Obufo obw'enjawulo mu Ggulu

Matayo 5:11-12
Mwe mulina omukusa bwe banaabavumanga, bwe banaabayigganyanga, bwe banaabawayira buli kigambo kibi, okubavunaanya nze. Musanyukenga, mujaguze nnyo, kubanga empeera yammwe nnyingi mu ggulu kubanga bwe batyo bwe baayigganya bannabbi abasooka mmwe.

Mu kibuga kya Yerusaalemi Empya, ennyumba z'omu ggulu zizimbibwa nga z'abo abantu abalina emitima egifaanana omutima gwa Katonda mu era nga bajja kuzebeeram. Okusinziira ku buli nnyini nnyumba kyayagala, zizimbibwa abakulu ba bamalayika ne ba malayika abali mu by'okuzimba, nga Mukama ye kalabalaba w'omulimu. Guno mukisa abo bokka abaliyingira mu Yerusaalemi Empya gwe balyeyagaliramu. Olumu, Katonda yennyini yawa ekiragiro eri abakulu ba bamalayika okuzimba ennyumba y'omuntu ng'erina okukolebwa okusinziira ku muntu oyo nga bwe yandigyagadde. Teyeerabira wadde ettendo ly'eziga abaaba Be lye bayiwa olw'obwakabaka Bwe era n'abawa empeera ez'amayinja amalungi era ag'omuwendo.

Nga bwe tusanga mu Matayo 11:12, Katonda atutegeeza bulungi ddala nti gye tukoma okuwangula entalo ez'omwoyo mu kukkiriza okukulu, gye tukoma okufuna ekifo eky'okubeeramu ekirungi mu ggulu:

Okuva ku biro bya Yokaana Omubatiza okutuusa leero obwakabaka obw'omu ggulu buwaguzibwa, n'ababuwaguza babunyaga lw'amaanyi

Katonda kwagala, okumala emyaka mingi, abadde atukulembera nga tudda eri eggulu mu kuwaguza n'amaanyi, ng'alaga bulungi nnyo ennyumba ez'omu ggulu mu Yerusaalemi Empya. Kino kiri bwe kityo lwakuba ekiseera kya Mukama eky'okudda oyo eyagenda okututegekera ebifo, kiri kumpi.

Nsuubira nti ojja kuzuula okwagala kwa Katonda oyo agaba empeera nga yeegendereza nnyo okusinziira ku bikolwa byo, ng'otunuulira ennyumba ez'omu ggulu ezo Katonda Yennyini kwatadde omukono.

## 1. Ennyumba z'omu ggulu ennene ebitagambika

Mu Yerusaalemi Empya, waliwo ennyumba ennungi nnyingi zibwaguuga. Mu zo, mulimu emu ennungi ennyo era ennyirira okukamala eyazimbibwa mu kifo ekinene ddala. Mu Makati, we wali ennyumba amakula nga yakalina n'emyaliriro essatu, era okugyetooloola waliwo ebizimbe ebirala bingi n'ebintu eby'okweyagaliramu oba ebifo eby'okuwummuliramu mu kifo kino ebisobola okufuula ekifo ng'ekifo ekisanyukirwamu eky'ensi yonna. Ekisinga okwewunyisa kwe kuba nti amaka gano ag'omu ggulu agalinga ekibuga ekiramba ga muntu eyateekebwateekebwa ku nsi kuno!

**Balina omukisa abo abateefu, kubanga bajja kusikira ensi**

Singa twalina obusobozi bw'ensimbi wano ku nsi, twandibadde tugula ettaka eddene ennyo ne tuzimbako ennyumba ennene ennyo nga bwe twagala. Kyokka, mu ggulu, tetusobola kugula wadde ettaka oba okuzimba ennyumba yonna gye twagala ne bwe tuba n'obugagga obwenkana wa. Kubanga Katonda atuwa ettaka oba ennyumba okusinziira ku bikolwa byaffe.

Matayo 5:5 wagamba, "Balina omukisa abo abateefu kubanga abo balisikira ensi." Okusinziira ku kyenkana ki kye tufaanana Mukama era ne tutuukiriza obuteefu obw'omwoyo ku nsi kuno, lwe tusobola "okusikira ensi" mu ggulu. Kino kiri bwe kityo lwakuba omuntu aba nga muteefu asobola okwaniriza abantu bonna, era basobola okugenda gyali ne bafuna okuwummula n'okubudaabudibwa. Abeera mu ddembe na buli omu mu mbeera yonna okuva omutima gwe lwe guli omugonvu nga ppampa.

Kyokka, bwe twekiriranya n'ensi ne tuwakanya amazima okusobola okuba n'emirembe n'abantu abalala, buno te buba buteefu bwa mwoyo. Oyo aba nga ddala muteefu takoma ku kwaniriza bantu bangi n'omutima omugonvu era ogusanyuse, wabula aba muvumu era nga w'amaanyi okuba ng'asobola n'okuwaayo obulamu bwe ku lw'amazima.

Omuntu ow'ekika kino asobola okuwangula emitima gy'abantu era n'abakulembera eri ekkubo ery'obulokozi n'eri ekifo ekirungi mu ggulu kubanga alina okwagala n'obukakkamu. Yensonga lwaki asobola okufuna ennyumba eno amakula mu ggulu. N'olwekyo, ennyumba ennyonyoddwako awaddako ya muntu omuteefu ddala.

### Ennyumba-eringa ekibuga

Wakati w'ennyumba eno we wali ennyumba amakula ewundiddwa n'amayinja ag'omuwendo amangi ne zaabu. Akasolya kaayo ka sadiyo omwetooloovu era kamasamasa nnyo. Okwetooloola enyumba eno, omugga ogw'Amazzi ag'Obulamu oguva ku namulondo ya Katonda gukuluta okugyetoloola n'ebizimbe ebirala bingi bikola ekifo kino okulabika ng'ekibuga ekikulu eky'ensi. Era, ne mu kifo abantu webawummulira waliwo ebidduka ebiwundiddwa n'amayinja agomuwendo mangi.

Ku ludda olumu ku ttaka eddene lino kuliko ekibira, ekibangirizi, n'ennyanja ennene, ate ku ludda olulala waliyo ensozi ennene nga kuliko ebimuli ebya buli kika n'ebiyiriro by'amazzi. Era, waliwo ne nnyanja enneneko nga kuno kwe kuli emmeeri ennene nga bwe tumanyi eya Tayitaniki ng'eno etengejjera okwo n'okutambuza abantu okwetooloola

Kati, katulambuleko ku nnyumba eno amakula. Eriko wankaaki kkumi n'abbiri ku njuyi ennya, era katuyite mu wankaaki enkulu we tubeera nga tulengera ennyumba ennene eri wakati wennyini.

Wankaaki eno enkulu ewundiddwa n'amayinja mangi ag'omuwendo omungi era ng'ekuumibwa bamalayika babiri. Bakiwago era balabika nga baamaanyi nnyo. Bayimirirawo nga tebatemya, era ekitiibwa kyabwe balabika ndabika yaabwe nti tebasemberekeka.

Ku njuyi zombi eza wankaaki waliyo empagi eneetooloovu ennene nga nnungi nnyo. Ebisenge ebiwundiddwa n'amayinja mangi ag'omuwendo n'ebimuli era nga biringa ebitaggwaayo. Bw'oyingira wankaaki ey'eggula yokka ekulembeddwamu bamalayika, osobola okulengera ennyumba ennene ey'ebbaati erimyufu erimasamasa n'amataala nga gakukubamu.

Era, n'okutunuulira enyumba ennyingi ezirina obunene obw'enjawulo nga ziwundiddwa n'amayinja ag'omuwendo omungi, toyinza butakwatibwako olw'okwagala kwa Katonda oyo agaba emirundi asatu, nkaaga, oba ekikumi okusinga ebyo by'ogwanidde. Obeera weebaza olw'omwana We, n'okuba nti Yawaayon omwana we Omu yekka okukukulembera eri ekkubo ery'obulokozi n'obulamu obutaggwaawo. Ate okwo n'agattako, okuba ng'Akutegekedde ennyumba ennungi bwe zityo ez'eggulu, era omutima gwo gujja kujjula essanyu n'okwebaza.

Era, olw'okuba amaloboozi ag'ekimpowooze naye nga

gawulikika bulungi ag'enyimba ennungi gasobola okuwulirwa okwetooloola ennyumba yonna, eddembe eritanyonyolekeka ne ssanyu bijjula omwoyo gwo era ojja kuwulira ng'okwatiddwako nnyo nga bw'ogamba:

> Mu buziba ddala obw'omwoyo gwange olw'aleero
> Muddukira oluyimba oluwooma okukkira zabuli:
> Obulungi obw'ebyo mu ggulu tebukoma kugwa
> Eri emmeeme yange nga obuteefu obw'amaanyi.
> Emirembe! Emirembe! Emirembe emiyitirivu
> Giva waggulu okuva ewa Kitaffe!
> Ka giyite ku mwoyo gwange olubeerera, Nsabye,
> Mu kwagala okungi okutaggwawo.

### Enguudo eza zaabu nga zitangalijja ng'endabirwamu

Kati, Katugende eri ennyumba ennene eri wakati mu maka gano amakula, nga tutambulira ku luguudo olwa zaabu. Ng'oyita mu mulyango omunene, emiti egya zaabu n'amayinja ag'omuwendo nga girina ebibala ebifaanana obulungi ebisikkiriza okulya byonna byaniriza abagenyi era nga biri erudda n'erudde w'oluguudo. Abagenyi basobola okulya ekibala. Ekibala kisaanuukira mu kamwa kaabwe era nga kiwooma nnyo nti omubiri gwonna guddizibwamu amaanyi era ne gusanyuka.

Ku buli ludda olw'enguudo eza zaabu, ebimuli ebya langi ez'enjawulo n'obunene obw'enjawulo byaniriza era ne bibuuza abagenyi n'obuwoowo bwabyo. Emabega waabyo eriyi turf ebya zaabu n'ebika by'emiti eby'enjawulo ebigatta ku bulungi bw'ennimiro ennungi. Ebimuli ebya langi za musoke ennungi bibeera ng'ebifulumya ekitangaala, era buli kimuli kivaamu akawoowo akakyo. Ku bimu ku bimuli bino, ebiwuka nga ebiwojjolo eby'alangi za musoke bituulako ne binyumya ne binaabyo. Ku miti kuliko ebibala ebirengejjera mu masanso ne bikoola ebimasamasa ebisikiriza okulya. Ebika by'ebinyonyi eby'enjawulo ebirina ebyoya ebya zaabu bituula ku miti ne biyimba nga kino kireetawo embeera enzikakamu era ey'okusanyuka. Era waliwo n'ebisolo ebitambulatambula mu mirembe.

### Ekidduka eky'ebire n'ekigaali ekya zaabu

Kati oyimiridde ku wankaaki ey'okubiri. Ennyumba nnene nnyo nti waliwo ne wankaaki endala munda wa wankaaki enkulu. Mu maaso go we wali ekifo ekinene ddala ekifaanana ng'ekisenge omukuumirwa emmotoka nga muno mulimu ebidduka by'ebire bingi n'ebigaali ebya zaabu nga bisimbye, tekiyinza butakuyitirirako nga olabye ku ndabika y'ekifo kino.

Ekigaali ekya zaabu, nga kiwundiddwa n'amayinja ag'omuwendo eg'ebika bingi, nnyini nnyumba kwatambulira era kwatuula. Ekigaali kino bwe kitambula, kimasamasa ng'emunyeenye etambula olw'amayinja amangi agakiwunze agamasamasa, era kidduka nnyo okusinga ekidduka ky'ebire.

Ekidduka eky'ebire kyetooloddwa ebire ebyeru bwe ttuku n'amataala amalungi ennyo ag'alangi nnyingi, era nga kirina emipiira ena n'ebiwawaatiro. Ku ttaka ekidduka kino kitambulira ku mipiira, ate bwa kiba mu bbanga, emipiira gyekweka ebiwawaatiro byo ne bivaayo ne bye yanjuluza kisobole okudduka n'okubuuka nga bwe kyagala.

Ekitiibwa n'obuyinza nga biba by'amaanyi omuntu okuba ng'atambulira mu kiduuka kino ne Mukama okuva mu kitundu ekimu okudda mu kirala mu ggulu, nga bawerekerwako bamalayika b'omu ggulu ne ggye ery'omu ggulu! Bwe kiba nga ekidduka eky'ebire kiweebwa buli muntu ayingira Yerusaalemi Empya, kubisaamu nnyini nnyumba eno bwaweereddwa empeera bwe w'aba ng'ewuwe waliyo ebidduka eby'ekika kino ebiwerako mu kuumiro lye mmotoka lino?

### Obwaguuga bw'ennyumba wakati w'amaka gano

Bw'otuuka ku nnyumba eno enkulu era ennungi okukamala mu maka gano mu kidduka eky'ebire, osobola okulaba kalina ey'emyaliriro esatu ng'akasolya kayo ka sadiyo. Ekizimbe kino kinene bwaguuga nti tekisobola kugeraageranyizibwa na kizimbe kyonna ku nsi kuno. Ekizimbe kyonna kibanga ekyetooloola empola empola, nga kifulumya amataala ag'aka obulungi, era amataala ag'aka obulungi bwe gati g'afuula ennyumba eno bwaguuga okulabika ng'ekitonde ekiramu. Zaabu omulungi ne Yasepi bivaamu amataala agatangaala obulungi ennyo nga galangi ya bbululu. Kyokka, obeera tosobola kulaba kiri munda, era kirabika ng'ekibumbe ekitalina nnyingo yonna. Ebisenge n'ebimuli ebyetoolodde ebisenge bifulumya akawoowo akalungi okugatta ku ssanyu n'okusanyuka ebitayinza kunyonyolwa mu bigambo. Ebimuli ebirina sayizi ez'enjawulo birabisa bulungi nnyo ekifo kino, era enkula yaabyo ey'enjawulo n'obuwoowo bikola omugatte omulungi ennyo.

Olwo, ensonga yennyini eri ki, eyagabisa Katonda ettaka eddene bwerityo n'obwaguuga bw'ennyumba ennungi? Kino kiri bwe kityo lwakuba Katonda tewali kimuyitako wadde okwerabira ekintu kyonna abaana Be kye bakoze mu kukolerera obwakabaka Bwe n'obutuukirivu ku nsi kuno era n'abawa

empeera mu bungi.
   Nneenyumiriza bulijjo
   mu baagalwa Bange.
   Ono Yanjagala nnyo
   nti y'ampa buli kimu.
   Yanjagala n'okusinga
   Bazadde Be ne baganda be,
   Teyayagala baana be kusinga Nze,
   era obulamu bwe yabulabanga ekitaliimu
   era nabuwaayo ku Lwange.

   Amaaso ge teganvangako.
   Yawulirizanga Ekigambo Kyange mu bujjuvu.
   nga ekitiibwa Kyange kyokka kyanoonya.
   Yeebazanga bwebaaza
   ne bwe yali nga mukubonaabona okw'obwereere.
   Ne wakati mu kuyigganyizibwa,
   Mu kwagala yasabiranga
   n'abo abamuyigganya.
   Teyalekereranga muntu yenna
   ne bwe yamulyangamu olukwe.
   Obuvunaanyizibwa bwe yabutuukirizanga ne ssanyu
   ne bwe yabanga ne nnaku ennyingi.
         Era yalokola emyoyo mingi
   Era n'atuukiriza mu bujjuvu Okwagala Kwange,
   Ng'afaananya omutima.

   Olw'okuba yatuukiriza okwagala Kwange
   Era n'anjagala nnyo,

Mutegekedde
ennyumba eno amakula
mu Yerusaalemi Empya.

## 2. Olubiri olunyirivu ennyo olutatera kuyingirwamu

Nga bw'olaba, Katonda nti alina ebintu byakwatako emikono naddala mu nnyumba zaabo abaagalibwa ennyo Katonda. N'olwekyo ennyumba ezo zirimu emitendera mu bulungi n'ekitangaala eky'ekitiibwa okusinga ennyumba endala zonna mu Yerusaalemi Empya.

Obwaguuga bw'ennyumba eno eri wakati ku ttaka lino eddene ddala kye kifo nnyini nnyumba eno wayinza okukola ebibye byonna nga tewali amuyingiridde. Ezimbiddwa okuzzaawo emirimu gye n'essaala ze, ze yasabanga mu maziga n'okutuukiriza obwakabaka bwa Katonda n'ekyokuba nti yalabirira emyoyo mingi emisana n'ekiro nga talina budde bwe yekka obw'okweyagaliramu.

Kati, ka tuyingira ennyumba eno obwaguuga!

**Ebigambo ebiwandiikiddwa mu ngeri ez'enjawulo mu dizayini ez'enjawulo ku bisenge**

Ebisenge, ebikoleddwa mu zaabu omulungi ennyo ne Yasepi, bijjudde dizayini z'ebigambo n'ebifaananyi ebiddiddwamu emirundi emingi. Buli kubonaabona kwonna n'okujeregebwa okwamutuukako ng'atuukiriza obwakabaka bwa Katonda, n'ebikolwa byonna bye yakola okuddiza Katonda ekitiibwa biwandiikiddwa. Ekisinga okwewunyisa kwe kuba nti Katonda

Yennyini Yeeyawandiika n'okukuba mu bisenge bino dizayini zino mu ngeri y'ekitontome era ennukuta zivaamu ekitangaala ekirungi ennyo. Ennyumba eno bwaguuga eriko wankaaki kkumi n'abbiri nti abantu basobola okuyingira nga bava ku njuyi zonna ennya, era waliwo ekyama ekikwekeddwa mu buli wankaaki. Waliwo ebisumuluzo by'okukkiriza, eby'okwagala, eby'okubuulira enjiri, n'ebirala, era buli kisumuluzo kiyingizibwa mu munyolo gwa njawulo.

Bw'oyingira mu bwaguuga bwe nnyumba eno ng'omaze okuyita mu zimu ku wankaaki, olaba ebintu ate ebisingawo obulungi ku ebyo by'olabye ebweru. Okwaka okuva mu mayinja ag'omuwendo omungi kussukawo emirundi ebiri oba esatu era nga kino kirabisaawo bulungi nnyo ddala.

Ebiwandiiko eby'ogera ku maziga ga nnyini nnyumba eno, okufuba n'amaanyi ge yateekamu ku nsi kuno byonna biwandiikiddwa ne mu bisenge eby'omunda era n'abyo bifulumya ekitangaala ekyaka obulungi ennyo. Ebiseera bye yamalanga mu kusaba okw'ekiro kyonna ng'asabira Obwakabaka bwa Katonda n'evvumbe eddungi ery'okwewaayo yenna ng'ekiweebwayo eky'okunywa olw'emyoyo n'abyo biwandiikiddwa ng'ekitontome era n'abyo bivaamu ekitangaala ekirungi ddala.

Kyokka, Katonda Kitaffe ebyama ebisinga eby'ebiwandiiko Abikwese ng'ayagala Ye Yennyini y'aba abiraga nnyini nnyumba bw'anaaba atuuse mu kifo kino. Ng'ayagala alabe n'okwaniriza omutima gwe ogwo ogugulumiza Kitaffe ogunaaba gujjudde amaziga n'okukwatibwako bwanaaba amulaga ebiwandiiko ebyo, nga bwamugamba nti, "bino Nnabikutegekera."

### Enkiiko n'embaga ku mwaliriro ogusooka

Si buli muntu yenna nti wayagalira asobola okuyingira obwaguuga bw'ennyumba eno, wabula abantu basobola okujja nga waliyo embaga ezitegekeddwayo. Waliwo ekisenge ekinene ennyo abantu abatabalika mwe bayinza okukung'anira n'ebeetaba ku mbaga. Ekisenge kino era kikozesebwa ng'omutuuzibwa enkiiko omwo nnyini nnyumba mwagabanira okwagala n'okusanyuka n'abagenyi be nga bwanyumyamu n'abo.

Ekisenge kino kyetooloovu ate kinene nnyo nti oba tosobola kulaba muntu ali ku ludda lulala. Wansi waakyo walangi njeru era waseerera bulungi nnyo. Kirina amayinja ag'omuwendo mangi era ky'aka nnyo. Wakati w'ekisenge kino waliwo ettaala erengejjera waggulu ng'eriko emitendera esatu okugatta ku bulungi bw'ekisenge kino, era waliwo n'amataala amalala ag'ekika kino agatenkana na lya wakati, nga go gali ku bisenge okugatta ku bulungi bw'ekisenge. Era, wakati w'ekisenge kino waliwo ekituuti kyetooloovu, n'emmeeza nnyingi zigenda z'etoloozebwa ekituuti kino. Abo abayitiddwa batuula mu bifo byabwe mu ngeri ennungi ne banyumya emboozi ezinyuma.

Ebiwundiddwa byonna mu kisenge kino bikoleddwa okusinziira ku nnyini nnyumba bw'abyagala, era amataala gabyo n'enkula birabika bulungi nnyo era birabika nga bikwatibwa n'obwegendereza. Buli jjinja ery'omuwendo lyakwatibwako Katonda, era kiba kitiibwa ky'amaanyi okuyitibwa ku mbaga eno eba etegekeddwa nnyini nnyumba eno.

### Ebisenge eby'ekyama n'ebisenge omwanirizibwa abantu ku mwaliriro ogw'okubiri

Ku mwaliriro ogw'okubiri ogw'ennyumba eno ennene

ennyo, kuliko ebisenge bingi era buli kisenge kirina ekyama kyakyo, nga kiyinza kumanyika mu ggulu mwokka, ebyo Katonda by'agaba ng'empeeraa okusinziira ku bikolwa bya buli muntu. Waliwo ekisenge ekirimu engule ennyingi ennyo ez'enjawulo, nga bw'olaba ekisenge omuterekebwa ebintu eby'edda. Engule nnyingi omuli ne ya zaabu, engule ewundiddwa zaabu, engule ey'amayinja ga kulisitoli, engule eya luulu, eyo ewundiddwa ebimuli, n'endala nnyingi eziwundiddwa n'amayinja ag'omuwendo ag'enjawulo nga zitegekeddwa bulungi. Engule zino zigabibwa buli nnyini zo lwatuukiriza obwakabaka bwa Katonda era n'agulumiza Katonda ku nsi kuno, era obunene bwazo, n'enkula, era n'emibiri gyaazo n'okuwundibwa n'abyo bya njawulo okulaga enjawulo mu bitiibwa, waliwo ebisenge ebinene omuterekebwa engoye n'ekyo omukuumirwa amayinja ag'omuwendo era nga byonna birabirirwa bamalayika n'okufaayo kungi.

Waliwo n'ekisenge eky'ensonda ez'enkanankana ekitegeke obulungi nga kyo tekiwundiddwa nnyo nga kiyitibwa "Ekisenge eky'Okusaba." Kigabibwa lwakuba nnyini nnyumba asabye essaala nnyingi nnyo ku nsi kuno. Era, waliwo n'ekisenge ekirina Ttivvi ennyingi. Ekisenge kino kiyitibwa "Ekisenge eky'Ennaku n'Okukaaba" era muno nnyini nnyumba asobola okulaba eby'obulamu bwe obw'oku nsi buli w'aba ayagalidde. Katonda aterese buli kimu n'ebyo byonna ebyabaawo mu bulamu bwa nnyini nnyumba kubanga yabonaabona nnyo ng'akola emirimu gya Katonda n'obuweereza era n'ayiwa amaziga mangi ku lw'emyoyo.

Waliwo n'ekifo ekiwundiddwa obulungi eky'okwaniriririzaamu ba nnabbi ku mwaliriro ogw'okubiri, ng'omwo nannyini nnyumba mwayinza okugabana okwagala kwe n'okunyumya emboozi ennungi n'abo. Asobola okusisinkana bannabbi nga Eliya oyo eyagenda mu ggulu ne kigaali eky'omuliro ekisikibwa endogoyi, Enoka eyatambula ne Katonda okumala emyaka 300, Ibulayimu eyasanyusa Katonda olw'okukkiriza kwe, Musa eyali omuwombeefu ennyo okusinga omuntu omulala yenna ku nsi kuno, n'omutume Paulo omwagazi w'abantu, n'abalala, era ng'anyumirwa okunyumya n'abo ku bulamu bwabwe n'embeera gye baalingamu ku nsi.

## Omwaaliriro ogw'okusatu nga gwo gwa kugabana kwagala ne Mukama kyokka

Omwaliriro ogw'okusatu ogw'ennyumba eno obwaguuga guwundiddwa mu ngeri eyanaamiriza okusobola okwaniriza Mukama n'okunyumya emboozi ennyuvu nga bwe kisoboka. Kino kiteereddwawo lwa kuba nnyini nnyumba eno yayagala nnyo Mukama okusinga omuntu omulala yenna, era n'agezaako okumufaanana mu bikolwa ng'asoma Enjiri Ennya, era n'aweereza wamu n'okwagala buli muntu nga Mukama bwe yaweereza abaygirzwa Be. Era, yasabanga n'amaziga mangi okusobola okukulembera emyoyo egitabalika eri eri ekkubo ery'obulokozi olw'okufuna amaanyi ga Katonda nga Mukama bwe yakolanga era n'alaga obukakafu bwa Katonda Omulamu. Amaziga g'amuyiikanga buli lwe yalowoozanga ku Mukama, era ebiro bingi teyeebakanga kubanga yayaayaniranga nnyo Mukama. Era, nga Mukama bwe yasaba ekiro kyonna, ne nnyini nnyumba eno yasabanga nnyo ekiro kyonna era n'agezaako nga bwasobola okutuukiriza obwakabaka bwa Katonda.

Ng'ajja kujjula essanyu n'okusanyuka bw'anaasisinkana

## EGGULU II

Mukama maaso ku maaso era n'agabana okwagala kwe Naye mu Yerusaalemi Empya!

Nsobola okulaba Mukama wange!
Nsobola okukwatagaanya ekitangaala ky'amaaso Ge
Mu gange ,
Nsobola okutereka akamwenyumwenyu Ke mu
mutima gwange,
Era bino byonna ddala liba ssanyu gyereere    gyendi.

Mukama wange,
Nga nkwagala nnyo!
Buli kimu okirabye
era buli kimu Okimanyi.
Kati  mpulira nga ndi musanyufu nnyo
Olw'okuba nsobola okwogera bwe nkwagala.
Nkwagala nnyo, Mukama.
Era n'akusubwa nnyo.

Emboozi ne Mukama omuntu tasobola ku gyetamwa wadde okugikoowa.
Katonda Kitaffe, eyasanyukira okwagala kuno, yawunda munda, n'eby'okuwunda wamu na mayinja ag'omuwendo bulungi nnyo ku mwaliriro ogw'okusatu ogw'enyumba eno enyirivu okukamala. Obunyirivu n'ebyo byonna ebitono ennyo ebyateekebwamu tebisobola kunnyonnyolwa, era okwaka kw'amataala kwa njawulo nnyo. Mu ngeri Y'emu, osobola okuwulira obwenkanya n'obugonvu bw'okwagala kwa Katonda oyo akugabira empeera okusinziira ku bikolwa byo ng'otunuulira

wonna enyumba z'omu ggulu.

## 3. Okulambula ebifo mu Ggulu

Kiki ekirala ekisangibwa okwetooloola ennyumba ennene? Bw'ogezaako okunyonyola ennyumba eno ey'enkana-ekibuga ekiramba ng'oyogera ne ku buntu obusemberayo ddala obutono, kisobola okukutwalira ekitabo kiramba. Okwetooloola ennyumba eno waliwo ennimiro ennene n'ebizimbe ebirala bingi ebiwundiddwa obulungi ennyo nga bisengekeddwa bulungi. Ebintu nga ekidiba ekiwugirwamu, ekifo awasanyukirwa, obusiisira omuwummulirwa, n'awo awalagibwa obukodyo bw'okuyimba nga byonna by'ongera ku bulungi bw'ennyumba eno era ekifo awalagibwa obukoddyo mu nnyimba kirabisa ennyumba eno ng'ekifo eky'obulambuzi ekikulu.

**Katonda buli kimu akigaba okusinziira ku bikolwa by'omuntu**

Ensonga lwaki nnyini nnyumba eno asobola okufuna ennyumba ey'ekika kino ejjuddemu ebintu eby'enjawulo lwakuba yawaayo omubiri gwe gwonna, ebirowoozo, obudde, ne sente eri Katonda ku nsi kuno. Katonda buli kimu kye yakola ku nsi olw'obwakabakaba bwa Katonda akigabirako empeera omuli n'okutwala abantu abangi eri ekkubo ery'obulokozi n'okuzimba ekanisa ya Katonda. Katonda ayagala mwetegefu nnyo okutuwa ebyo bye tusaba n'ebyo bye twegomba mu mitma gyaffe. Tulaba nti Katonda asobola okuwunda obulungi ennyo okusinga omuzimbi omuungi ennyo wano ku nsi, kyokka n'alaga obumu n'enjawulo ku ssaawa y'emu.

Ku nsi kuno, tusobola okufuna ekintu kyonna kye twagala, naddala, singa tuba ne sente ezimala. Wabula mu ggulu, ekyo si bwe kiri. Ennyumba ey'okubeeramu, engoye ez'okwambala, eby'okwewunda, engule, oba ne bamalayika abakuweereza tebisobola kugulibwa oba okupangisibwa, wabula biweebwa buweebwa okusinziira ku kigera ku kigero ky'okukkiriza eky'omuntu n'obwesigwa bwe eri obwakabaka bwa Katonda.

Nga bwe tulaba mu Abaebulaniya 8:5, "[Abo] abaweereza eby'ekifaananyi n'ekisiikirize eky'ebyo eby'omu ggulu, nga Musa bwe yabuulirwa Katonda, bwe yali ng'agenda okukola eweema;" ensi eno kisikirize kya ggulu era ebisolo ebisinga, ebirime, n'ebitonde ebirala n'abyo gye biri mu ggulu. Byo birungi nnyo nnyo okusinga eby'okunsi.

Kati katutunuulire ennimiro ezijjudde ebimuli ebingi n'ebimera.

### Ennimiro ezijjudde ebimuli n'ebifo awasinzibwa

Wansi w'ennyumba eno ennene ennyo mu makati, mulimu oluggya olunene ennyo olw'omunda awo ebimuli bingi n'emiti birabisa ekifo kino bulungi nnyo. Erudde n'erudde w'ennyumba eno waliwo ebifo ebinene ennyo eby'okusinzizaamu omwo abantu mwe bayinza okuddiza Katonda ekitiibwa n'enyimba ezitendereza. Ennyumba ey'omugulu eno, ennene ebitagambika, eringa ekifo eky'obulambuzi ng'erimu ebifo n'ebintu bingi nnyo, era olw'okuba abantu tebatera kwetooloola nnyumba eno, waliwo ebifo eby'okusinzizzamu mwe bayinza okuwummulira.

Okusinza mu ggulu kwanjawulo nnyo n'okwetumanyidde wano ku nsi. Temusibibwa nti bwe kiti bwe kirina okukolebwa wabula oyinza, n'okuddiza Katonda ekitiibwa n'ennyimba empya.

Bw'oyimba ku kuddiza Katonda Kitaffe ekitiibwa n'okwagala kwa Mukama, ojja kuddizibwamu amaanyi nga bw'ofuna obujjuvu bw'Omwoyo Omutukuvu. Waliyo n'ekifo ekifaanana ekifo awalagibwa obukoddyo bw'ennyimba ng'eky'omukibuga Sydney, mu nsi ya Australia, era nga kino kiweebwa nnyini nnyumba kubanga yakulemberamu okubunyisa obuwangwa bw'obukristaayo era n'akulembera emyoyo egitabalika eri ekkubo ery'oblokozi.

### Ekisenge omuyimbirwa ennyimba ng'ekisenge ky'omu kibuga Sydney omuyimbirwa ennyimba

Ekisenge kino kiri mu maaso g'ennyanja nga gy'oli nti kitengejjera ku mugga. Okuva mu nnyanja, amazzi gapikibwa n'egambuka waggulu nga bw'olaba ebiriroliro era amazzi ne gakka okuva mu bbanga nga gamasamasa ng'amayinja ag'omuwendo agatangalijja. Okuyita ku nnyanja olyoke oyingire ekisenge kino, waliwo ekituuti ekiwundiddwa obulungi ennyo n'amayinja ag'omuwendo nga kiriko entebe ennungi ddala ezirindiridde abagenyi okuzituulamu. Bamalayika babaako bye bakola mu bubinja obutonotono mu byambalo eby'enjawulo. Bamalayika abasanyusa abagenyi baambala engoye eziriko ebiwawaatiro ebitangaala, nga bw'olaba eby'ekiwojjolo ekinene, era buli kakoddyo ke bakola k'aba k'eko nga kanyuma nnyo. Era, wabaawo ne bamalayika abayimba oba okukuba ebyuma. Bafulumya ekyo ekisingayo mu buli kimu kye bakola.

Wabula, obukodyo n'okuyimba ebya bamalayika ne bwe binyuma bitya, evvumbe lyabwe liba lya njawulo nnyo ku eryo ery'okuzina n'okuyimba kw'abaana ba Katonda. Katonda akkiriza evvumbe ly'abaana Be nnyo ddala okusinga kubanga baana Be abaategeera okwagala Kwe era ne bafuuka abatukuvu okuyita mu kuteekebwateekebwa kw'omuntu.

### Olutindo olw'ebire nga lulina langi eza Musoke

Omugga ogw'Amazzi ag'Obulamu ogumasamasa n'amataala ga feeza gukulukuta okwetooloola enyumba eno. Gutandikira ku namulondo ya Katonda era ne gukulukuta nga gwetooloola olubiri lwa Mukama n'olw'Omwoyo Omutukuvu, Yerusaalemi Empya, Obwakabaka Obw'okusatu, Obw'okubiri, n'Obusooka obw'omu ggulu, Olusuku lwa Katonda, olwo ne guddayo eri namulondo ya Katonda.

Abantu banyumya n'ebyenyanja ebirina langi ennyingi era ennungi nga bwe batudde ku musenyu ogwa zaabu ne ffeeza ogusangibwa erudda n'erudda w'omugga ogw'Amazzi ag'Obulamu. Waliyo obutebe obwa foomu eza zaabu ku buli ludda olw'Omugga era okubwetoolola waliwo emiti egy'obulamu. Bw'oba otudde ku katebe aka zaabu nga bw'otunuulira ebibala ebisikiriza okulya, bw'olowooza obulowooza nti, 'Ha, ebibala ebyo birabika okuwooma,' bamalayika abaweereza bajja kukuleetera ekibala mu kibbo ky'ebimuli era n'egonjebwa ne babikukwasa.

Waliyo, n'entindo ez'ebire ez'ennukuta-"C" etunudde wansi okwetooloola Omugga ogw'Amazzi ag'Obulamu. Bw'otambulira ku ntindo ez'ebire ezirina langi za Musoke nga bw'olengera Omugga ogw'Amazzi ag'Obulamu agakulukuta empolampola wansi wamwe . owulira bulungi nnyo, ng'olinga abuuka mu bbanga oba atambulira ku mazzi.

Bw'osala omugga ogw'Amazzi ag'Obulamu, waliyo oluggya olw'ebweru olulina ebimuli eby'ebika eby'enjawulo n'obusubi obugonda era obusaawe obulungi obwa zaabu era nga wano owulira bulala si nga bwe wabadde owulira ng'oli mu luggya olw'omunda.

### Ekifo awali eby'okuzanyisa n'oluguudo olw'ebimuli

Bw'oba osala olutindo olw'ebire, waliwo ekifo awali eby'okuzanyisa nga mulimu buli kika ky'ekidduka eky'okuzanyirako ky'oyinza okwevugiramu ne by'otalabangako, tewali kifo kya kuzanyiramu kye wali olabye, oba owuliddeko oba okubisizaamu kafaananyi ekiringa kino, ne bwoleeta ekye Disneyland tekiyinza kugeraageranyizibwa ku kifo kino omujjudde eby'okuzanyisa. Ebiringa eggaali y'omuka ebikoleddwa mu kulisitoli bidduka okwetoolola wonna mu kifo kino, emmeeri ezikoleddwa mu zaabu n'amayinja ag'omuwendo omungi zitambula nga bwezigenda n'okudda, eby'esuubo ebyetooloola mu ngeri esanyusa. Buli ebidduka bino ebiwundiddwa ne langi ez'enjawulo bwe biva mu kifo, bifulumya amataala agalina langi ez'enjawulo, era okubeera eyo obeera owulira ng'oli mu mbeera ya kuyisa bivulu.

Ku ludda olumu olw'oluggya olw'ebweru, waliyo oluguudo lw'ebimuli olutaggwaayo, era oluguudo lwonna lubikiddwa ebimuli ng'osobola okutambulira ne ku bimuli byennyini. Emibiri egy'omu ggulu giwewuka nnyo nti tosobola kuwulira buzito, era ebimuli ne bwe babirinyako tebyonooneka. Bw'otambulira ku luguudo lw'ebimuli olugazi nga luwunya akawoowo ako ak'empolampola ak'ebimuli, ebimuli bye ggalawo nga gyoli nti birina ensonyi ate ne byeggulawo omulundi gumu mu ngeri ey'ejjengo. Kuno kwe kwaniriza okwenjawulo n'okubuuza kwe bikola. Mu ngero ezinyumizibwa, ebimuli biba n'amaaso gabyo era bisobola n'okunyumya, kino tekikoma mu ngero zokka, wabula mu ggulu ebimuli bisobolera ddala okunyumya.

Ojja kuwulira bulungi nnyo nnyo ng'otambulira ku bimuli era onyumirwe obuwoowo bwabyo, era n'ebimuli biwulira bulungi nnyo era ne bikwebaza olw'okubitambulirako. Bw'obirinyako empolampola, byongera okufulumya obuwoowo. Buli kimuli kiba nakawoowo ka njawulo era obuwoowo bw'egatta mu ngeri ya njawulo buli kiseera osobole okuba ng'owulira mu ngeri ndala buli lw'otambulira ku bimuli bino. Enguudo ez'ebimuli zisangibwa mu bifo eby'enjawulo nga bw'olaba ekisiige ekirungi okwongera ku bulungi bw'ennyumba eno ey'omu ggulu. Mu ngeri y'emu, ennyumba y'omuntu omu eba nnene ng'eringa etaggwaayo, era ng'erimu buli kintu yonna.

### Ettale okuli ensolo ezizannya mu mirembe

Ng'oyise ku luguudo lw'ebimuli waliwo ettale eddene okuli ebisolo ebya buli kika bye wali olabye byonna ku si kuno. Kale, oyinza okulaba ebika by'ebisolo ebirala mu bifo ebirala naye nga wano waliwo kyenkana buli kika ky'ekisolo kyonna, okujjako ebyo ebyawakanya Katonda, nga agasolo agenene ennyo agalinga eminnya. Ky'olaba ng'okubyeeyo amaaso kikujjukiza ettale eddene erisangibwa mu Afirika, era ebisolo bino tebiva mu bifo byabyo wadde tebiriiko lugo, era nga bizannya nga bwe byagala. Binene okusinga ebisolo eby'oku nsi kuno era langi zaabyo zo nnungi era nga zimasamasa okusinga ez'okunsi kuno. Etteeka ery'okuba nti ow'amaanyi y'alama terikolerawo wano.

Ebisolo wano bikakkamu; n'empologoma eziyitibwa Kabaka

wa bawansolo tezirumbagana bisolo birala wabula nzikkakkamu nnyo era ebyoya byazo bya zaabu. Era, mu ggulu, osobola okwogera bulungi nnyo n'ebisolo. Kubisaamu akafaananyi obulungi bw'ebitonde bino nga biddukadduka ku ttale eddene ennyo nga waliwo ebeevugira ku njovu. Kino si kintu ekisangibwa mu ngero ezinyumizibwa mwokka, wabula omukisa oguweebwa abalokoleddwa era ne bagenda mu ggulu

### Akasiisira omutayingirwa muntu mulala yenna n'entebe eya zaabu ey'okuwummuliramu

Olw'okuba ennyumba y'omuntu ono eringa eky'obulambuzi eky'amaanyi mu ggulu ng'era abantu bagendayo ne banyumirwa, Katonda yawa nnyini nnyumba eno akasiisira nga muno mwakolera ebintu bye. Akasiisira kano kazimbibwa ku kasozi akatonotono naye nga we kali obeera olengera bulungi nnyo ebigenda mu maaso era nga kawundiddwa bulungi nnyo. Si buli muntu yenna nti ayinza okuyingira akasiisira kano kubanga nnyini nnyumba eno ennene ng'ekibuga mwakolera ebintu bye. Nnyini nnyumba eyo gyawummulira oba n'akakozesa okwaniririzaayo bannabbi nga Eliya, Enoka, Ibulayimu, ne Musa.

Era, Waliwo n'akasiisira akakoleddwa mu kulisitoli, era, okwawukanako n'ebizimbe ebiralala, kko katangaala bulungi era omuntu asobola okulaba ekiri ebweru. Wabula ye ali munda yasobola okulaba ekiri ebweru, ali ebweru tasobola kulaba kiri munda era tekayingirwamu. Ku kasolya kaakwo, waliyo entebe eyazaabu esobola okwetooloola. Nnyini nnyumba ennene bwatuula mu ntebe eyo eya zaabu, asobola okulaba ennyumba yonna ng'atafugibwa budde wadde ebbanga. Katonda yakakolera nnyini nnyumba ng'ayagala abeere ng'asanyuka okulaba abantu abangi ababa bazze okulambula ennyumba ye, oba okuwummulirayo.

### Akasozi ak'okujjukira n'oluguudo olw'okulowooza

Oluguudo olw'okulowooza, olwo okuli emiti egy'Obulamu nga giri erudda n'erudda, lukakkamu nnyo nga gyoli obudde busirisiddwa. Buli kigere nnyini nnyumba kyatwala mu maaso, emirembe gifuluma okuva ku ntobo y'omutima gwe era n'ajjukira ebintu byonna eby'oku nsi kuno. Bw'alowooza ku musana, omwezi, n'emmunyeenye, akantu akalinga ttivvi nga keetooloovu kalabikira waggulu w'omutwe gwe, era awo omusana, omwezi, n'emmunyeenye n'ebijja. Mu ggulu ekitangaala ky'omusana, omwezi n'emmunyeenye tebyetaagisa kubanga ekifo kyonna kimulisibwa ekitangaala ky'ekitiibwa kya Katonda, naye akantu kano ekalinga ttivvi kajjawo ye okusobola okujjukira ebintu eby'oku nsi kuno obulungi.

Era, waliwo n'ekifo ekiyitibwa akasozi k'okujjukira, era nga kano kawerako ng'ekyalo kiramba. Eno nnyini nnyumba wajjuukirira Obulamu bwe ku nsi kuno n'abo abatono abaali basigadde nga beesigwa n'abajjukiramu. Ennyumba mwe yazaalibwa, amasomero mwe yasomera, ebibuga n'ebyalo gye yabeeranga, ebifo gye yafunira ebizibu, ekifo weyasisinkanira Katonda omulundi gwe ogwasooka, ne yeekaalu ze yazimba oluvanyuma lw'okufuuka omuweereza byonna bizimbibwa mu kifo kino nga bwe byajja bibeerawo.

Wadde ebizimbisibwa ddala byanjawulo ku by'oku nsi kuno, ebintu by'obulamu bwe obw'oku nsi mu bufunze biteekebwawo abantu basobola okumanyira ddala n'okutegeera obulamu bwe obw'oku nsi bwe bwatambula. Okwagala kwa Katonda nga kulungi nnyo era kwegendereza!

### Ebiyiririro n'ennyanja eriko ebizinga

Bwe weeyongerayo ng'otambulira ku luguudo olw'okulowooza, osobola okuwulira eddoboozi ery'omwanguka eriwulikika obulungi nga liwulirwa okuva ewala. Ly'eddoboozi eriva ku biyiririro eby'alangi ennyingi. Amazzi bwe gakuba ku mayinja agali ku ntobo wegatuukira, amayinja amalungi ag'omuwendo ku ntobo g'aka nga g'afulumya ekitangaala ekirungi ennyo ekiva ku mayinja ago agamasamasa. Endabika ya wantu wonna nnungi nnyo era amazzi gayiika n'amaanyi emitendera esatu okuva waggulu gasibira mu mugga ogw'amazzi ag'Obulamu. Waliwo amayinja ag'omuwendo agakubisaamu emirundi ebiri oba esatu mu kwaka ku njuyi zombi ez'ebiyiririro, era nga gafulumya ekitangaala ekiyasaamiriza omuntu ng'amazzi bwe gayiika. Osobola okuddizibwamu amaanyi ng'otunuulira butunuulizi ekifo kino.

Era waliyo n'ekituuti wagulu w'ebiyiririro abantu kwe babeera nga balengera ekifo kino oba okuwummulirawo. Osobola okulaba ennyumba z'omu ggulu zonna, era endabika eno ebeera nnungi nnyo nga tesobola kunnyonyolwa bulungi na bigambo bya ku nsi kuno.

Waliwo ennyanja ennene emabega w'ennyumba ennene, era nga eriko ebizinga ebiteenkanankana mu bunene. Amazzi g'ennyanja eno agatukula obulungi ddala gamasamasa nga gy'oli nti amayinja ag'omuwendo gamansiddwa kungulu ku mazzi. Ate essuka obulungi eby'enyanja bwe birabibwa nga biwugira mu mazzi agatukula bwe ttuku ttuku, era ekiynza okwewunyisa omuntu, ennyumba ennungi ezirina obusolya obwa kiragala zizimbiddwa wansi w'ennyanja eno. Ku nsi kuno, n'omugagga asingayo tasobola kuzimba nnyumba wansi mu nnyanja.

Naye, olw'okuba eggulu nsi ey'emitendera ena era nga buli kimu eyo kisoboka, waliyo ebintu bingi nnyo bye tutayinza kutegeera oba okulowooza nti bisobola okubaawo.

### Emmeeri ennene ddala eringa eya tayitaniki n'eryato ery'amayinja ga kulisitooli

Ebizinga ku nnyanja eno birina buli kika kya bimuli ebikulira ku nsiko, ebinyionyi eby'oku ttale, n'amayinja ag'omuwendo omungi okugatta ku bulungi bw'endabika y'ekifo kino. Wano, okusaabalira ku bwato obutono n'empaka z'okutambulira ku mayengo ku bintu ng'ebisowaani bibeerayo okusikiriza abatuuze bangi ab'omu ggulu. Waliyo emmeeri efaanana ng'eya Tayitaniki etambulira ku mayengo agakuba empolampola ku nnyanja eno, era ku mmeeri eno kuliko ebintu bingi nga ekidiba omuwugirwa, ekisenge awazanyirwa emizannyo n'ennyimba, n'ebisenge omuyinza okubeera embaga. Bw'oba ku meeri eno etangaala era ekoleddwa mu mayinja ga kulisitoli, owulira ng'atambulira ku nnyanja, era osobola n'okuwulira obulungi bw'omunda w'ennyanja ng'oli mu kaato ak'abikibwa konna nga kalinga omupiira nga kasobola okubeera munda w'enyanja.

Nga banange oyinza okusanyuka ng'osobola okubeera ku mmeeri nga eya Tayitaniki, n'eryato ery'amayinja ga kulisitooli, oba akaato ak'akula ng'omupiira akabeera mu nnyanja wansi mu kifo kino ekirungi n'obeeramu n'okussuku olunaku olumu! Kyokka, olw'okuba eggulu kifo kya kubeeramu olubeerera, osobola okweyagalira mu bintu bino byonna olubeerera singa obeera n'ebisaanyizo ebikuyingiza Yerusaalemi Empya.

### Eby'emizannyo ebingi, n'awasanyukirwa

Waliyo n'ebifo awazanyirwa emizannyo gamba nga Goofu n'awo awasanyukirwa, awazanyirwa omuzannyo gw'okunogola obupiira, ebidiba omuwugirwa, omuzanyirwa omuzannyo gwa ttenna, omuzannyo gwa vvole bo, awanyirwa ensero, n'ebirala bingi. Bino bigabibwa ng'empeera kubanga nnyini nnyumba kwe biri yandibadde asobola okunyumirwa eby'emizannyo ku nsi kuno naye teyasobola olw'obwakabaka bwa Katonda era ng'ebiseera bye byonna yabimala ku lwa Mukama.

Awazanyirwa omuzannyo gw'okunogola, nga wano wazimbiddwa mu zaabu n'amayinja ag'omuwendo nga mwe bakoze akantu akanogola obupiira, obupiira n'akabunogola bwonna bukoleddwa mu zaabu n'amayinja ag'omuwendo. Abantu bazannyira mu bibinja by'abasatu okutuuka ku bataano, era baba n'ekiseera ekinyuvu ddala nga bali wamu nga bwe beewagira. Akanogola k'aba nga akatazitowa nnyo, ng'obwo ku nsi kuno bwe buzitowa, n'olwekyo kajja kuyiringita n'amaanyi wadde okasindise mpolapola. Bwe kakoona obupiira, bumasamasa n'ekitangaala ekirungi saako okuvaamu amaloboozi amalungi.

Ku kisaawe okuzanyirwa goofu, kizimbibwa mu busubi obusaawe obulungi nga bwa zaabu, obusubi buno bweyalawo bwokka okuzanyirwako. Obusubi buno bwe buba bwe yalawo bukikola ng'ejjengo erya zaabu. Mu Yerusaalemi Empya, n'obusubi obusaawe obulungi bugondera omutima gwa Mukama waabwo. Era, ng'omaze okukuba omupiira gwa goofu, ekire kijja ku kigere kye era n'ekitambuza mukama waakyo okumutwala ku kisaawe ekirala. Banange kino nga kinyuma nnyo!

Abantu banyumirwa nnyo ne mu kidiba omuwugirwa.

Olw'okuba mu ggulu teri ku bbira, n'abo abaali tebasobola kuwuga wano ku nsi, mu ggulu basobolera ddala okuwuga obulungi. Era, era amazzi tegayingira mu ngoye zaabwe wabula gavaako nga bw'olaba ssuulwe bwaba agudde ku kikoola. Abantu basobola okunyumirwa okuwuga obudde bwonna kubanga basobola okuwugira mu ngoye zaabwe.

### Ennyanja ennene ne ntono n'amazzi agatumbiira mu bbanga mu nnimiro

Waliyo ennyanja nnyingi ezawukana mu bunene mu nnyumba ennene engazi ey'omu ggulu. Ebyennyanja eby'alangi ennyingi mu nnyanja bwe bitambuza ebiwawaatiro byabyo nga biringa ebizina okusanyusa abaana ba Katonda, kibeera nga nti byatula okwagala kw'abyo nga buli omu awulira. Oyinza n'okulaba eby'enyanja nga bikyusa langi zabyo. Eky'ennyanja ekiwuuba ekiwawaatiro kyakyo ekya feeza kisobola okukyuka amangu aga n'ekibeera nga kya langi ya luulu.

Waliyo ennimiro nnyingi, nga buli nnimiro erina erinnya lyayo okusinziira ku neeyisa yaayo eri yokka n'obulungi bwayo obutasangibwa n'andala. Obulungi bw'ennimro tebuyinza kunyonyolwa bulungi kubanga Katonda naye yabaako kyakwatako mu kuzikola ne bwe kiba kikoola kyokka.

Obuuma obusukuma amazzi mu bbanga n'abwo bwa njawulo okusinziira ku neeyisa ya buli nnimiro. Okutwaliza awamu, obuuma buno busukuma mazzi mu bbanga naye waliwo obuuma obulina langi ez'enjwulo oba obuwoowo. Waliwo obuwoowo obupya era nga tebulwawo bwotayinza kusanga ku nsi kuno, gamba nga, akawoowo k'obugumu k'osobola okuwulira okuva ku luulu, akawoowo k'okwewaayo n'okwagala ennyo eka

Sadiyo, akawoowo k'okwewaayo n'obwesigwa, n'obulala bungi. Wakati wakuuma kano akasukuma amaazi mu bbanga, waliwo ebiwandiiki oba ebifaananyi ebitegeeza amakulu ga buli kuuma kasukuma amazzi mu bbanga era na lwaki kaakolebwa.

Era, waliyo n'ebizimbe ebirala bingi n'ebifo eby'enjawulo mu nnyumba eyo ey'enkana ng'ekibuga, naye kya nnaku nti ebintu ebyo byonna tebisobola kunnyonnyolwa mu bujjuvu. Ekikulu kiri nti tewali kigabibwa awatali nsonga, era buli kimu kigabibwa okusinziira ku muntu akoleredde kyenkana ki Obwakaba bwa Katonda n'obutuukirivu ku nsi eno.

### Empeera yo Nnene mu ggulu

Kati oteekwa okuba ng'otegedde obunene bw'ennyumba eno ey'omu ggulu n'okwewunya obugazi bweriko. Obwaguuga bw'ennyumba eno etamala gayingirwa eri wakati era nga waliyo n'ebizimbe ebirala bingi n'ebifo ng'okwo kwogatta ne nnimiro ennene ezigyetooloodde; Ennyumba eno eringa ekifo eky'obulambuzi mu ggulu. Ddala tosobola buteewuunya ng'olabye ku nnyumba eno ennene bweti Katonda gyategekedde omuntu omu yekka eyateekebwateekebwa ku nsi kuno.

Olwo, lwaki, Katonda ategese enyumba mu ggulu ennene ng'ekibuga ekiramba? Katutunuulire mu Matayo 5:11-12:

Mmwe mulina omukisa bwe banaabavumanga, bwe banaabayigganyanga, bwe banaabawaayiranga buli kigambo kibi okubavunaanya nze. Musanyukenga, mujaguze nnyo kubanga empeera yammwe nnyingi mu ggulu, kubanga bwe batyo bwe baayigganya bannabbi abaasooka.

Paulo omutume yabonaabona kyenkana ki mu kutuukiriza Obwakabaka bwa Katonda? Yabonaabona nnyo mu mbeera etagambika n'okuyigganyizibwa okusobola okubuulira Yesu Omulokozi eri abamawanga. Tulaba nti yakolerera nnyo obwakabaka bwa Katonda okuva mu 2 Bakkolinso 11:23 n'okweyongerayo. Paulo yasibibwa mu makomera, yakubibwa, n'obulamu bwe okuba mu kufa emirundi mingi bwe yali abuulira enjiri.

Kyokka, Paulo teyeemulugunya oba okuwalana omuntu yenna wabula yasanyukanga busanyusi ng'ekigambo kya Katonda bwe kimulagira. Era, oluggi lw'okutalaaza enjiri eri abamawanga lwa gulibwaawo okuyita mu Paulo. N'olwekyo, tewali kuwannaanya kwonna wabula yayingira Yerusaalemi Empya era n'afuna ekitiibwa ekimasamasa ng'omusana mu Yerusaalemi Empya.

Katonda ayagala nnyo abantu abakola obutakoowa era nga beesigwa okutuuka n'okuwaayo obulamu bwabwe, era abawa omukisa n'okubawa ebintu bingi mu ggulu ng'empeera.

Ekibuga kya Yerusaalemi Ekiggya tekiri nti kitegekeddwa bantu bamu n'abamu, wabula, omuntu yenna atukuza omutima gwe okufaanana omutima gwa Katonda Yennyini era n'atuukiriza obuvunaanyizibwa bwe n'okwagala asobola okuyingirayo n'okubeerayo.

Nsaba mu linnya lya Mukama Yesu Kristo nti ojja kufaananya ne Katonda Omutima okuyita mu kusaba obutakoowa n'ekigambo kya Katonda, era otuukirize obuvunaanyizibwa bwo bwonna osobole okuyingira Yerusaalemi Empya era omugambe mu maziga nti, "Nneebaza nnyo okwagala okw'amaanyi okwa Katonda Kitaffe."

# Essuula 9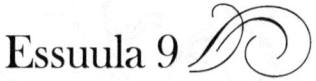

## Embaga Esooka mu Yerusaalemi Empya

1. Embaga esooka mu Yerusaalemi Empya
2. Bannabbi abali mu kibinja ekisooka mu Ggulu
3. Abakazi abalungi mu maaso ga Katonda
4. Malyamu Magudaleene Abeera kumpi ne Namulondo ya Katonda

Matayo 5:19
Kale buli anaadibyanga erimu ku mateeka ago wadde erisinga obutono era anaayigirizanga abantu bw'atyo, aliyitibwa mutono mu bwakabaka obw'omu ggulu naye buli anaakwatanga era anaagayigirizanga, oyo aliyitibwa mukulu mu bwakabaka obw'omu ggulu.

Ekibuga ekitutukuvu ekya Yerusaalemi Empya kye kirimu namulondo ya Katonda n'abo abantu abalina emitima emitangaavu era emirungi nga kulisitooli, abagiddwa mu bantu abatabalika abateekeddwateekeddwa ku nsi, nga babeera eyo olubeerera. Obulamu mu Yerusaalemi Empya, ewali Katonda Obusatu bujjudde okwagala okutagambika, okusanyuka, n'okujaguza. Abantu babeera mu ssanyu eritakoma nga babeera mu kusinza ne mbaga ezitaggwa, n'okuba n'emboozi ennyuvu na balala.

Bw'ogenda ku mbaga mu Yerusaalemi Empya ezitegekeddwa Katonda Kitaffe Yennyini, osobola okulaba ebigenda mu maaso n'okugabana okwagala n'abantu abayitirivu abava mu bifo eby'enjawulo eby'okubeeramu mu ggulu.

Katonda Obusatu, eyamaliriza okuteekateeka kw'omuntu mu bugumiikiriza obwatwala ekiseera ekiwanvu, ajaganya era n'asanyuka ng'atunuulira abaana Be abaagalwa.

Katonda kwagala andaze mu bujjuvu obulamu mu Yerusaalemi Empya obujjudde omukwano ogussuka n'eku ky'oyinza okulowoozaako. Ensonga lwaki nzizze mpangula obubi nga nkozesa obulungi n'okwagala abalabe bange ne bwe nnali nga mbonaabona awatali nsonga, lwakuba omutima gwange gujjudde essuubi lya Yerusaalemi Empya.

Kati, katwongera okwekenneenya omukisa omuntu gw'aba n'agwo "bwatuukiriza Omutima gwa Katonda" ogwo ogutangalijja era omulungi ng'ejjinja ery'omuwendo nga tutandikira ku mbaga erisooka ey'okukwatibwa mu Yerusaalemi Empya ng'ekyokulabirako.

Kansuubire nti ojja kukwatibwako nnyo ojjule essanyu bw'onoosoma ku ngeri embaga esooka mu Yerusaalemi Empya bweneebeera.

## 1. Embaga Erisooka mu Yerusaalemi Empya

Nga ne ku nsi kuno, ne mu ggulu wabaayo embaga, era okuyita mu zo tusobola okutegeera obulungi essanyu ly'obulamu bw'omu ggulu. Kino kiri bwe kityo lwa kuba waliwo ebifo eby'ekitiibwa gye tusobola okusanga obugagga n'obulungi bw'eggulu nga tubikubyeeko bukubi liiso era ne tubyeyagaliramu. Ng'abantu ku nsi kuno bwe beenyiriza n'okwewunda n'ebintu ebisingayo obulungi saako okulya n'okunywa ebintu ebisingayo obulungi mu mbaga ezitegekeddwa omukulembeze w'eggwanga, embaga bwetegekebwa mu ggulu, ebeera ejjudde ennyimba n'amazina amalungi saako essanyu.

**Eddoboozi eddungi ery'ennyimba ezitendereza okuva mu kisenge awategekeddwa Embaga**

Ekisenge omutegekerwa embaga mu Yerusaalemi Empya kinene nnyo ate makula. Bw'oyita ku mulyango n'oyingira ekisenge kyotasobola kulaba gye kikoma ng'oyimiridde eno, eddoboozi eddungi ery'ennyimba ez'eggulu n'alyo ery'ongera okukukwatako.

Ekyewuunyisa ky'ekitangaala
Ekyaliwo nga n'ensi tennabaawo.
Amulisa buli kimu
N'ekitangaala ekyo ekyasookawo.
Yazaala Abaana Be
Era n'akola ne bamalayika.

Ekitiibwa kye Kya waggulu

okusinga eggulu ne nsi
era kyaka.
Obulungi kye kisa Kye
ekyo ekinaanuddwa kyokka .
Anaanuula omutima Gwe
n'akola ensi eno.
Ttendereza okwagala Kwe okungi
n'emimwa emitono.
Ttendereza Mukama
oyo akkiriza okutendereza n'essanyu.
Yimusa erinnya Lye ettukuvu
era mu Mutendereze olubeerera.
Ekitangaala kye kya ttende
nga kisaana okugulumizibwa.

Amaloboozi agawulikika obulungi wabula nga gakikungu ag'ennyimba gasaanuukira mu mwoyo okuwa essanyu n'eddembe ng'ery'omwana ali mu kifuba kya nnyina.

Omulyango omukulu oguyingira mu kisenge awali embaga gukoleddwa mu langi enjeru mu jjinja ery'omuwendo era nga guwundiddwa n'ebimuli eby'omu ggulu eby'enkula ez'enjawulo ne langi ez'enjawulo era nga gulina ebifaananyi ebirungi ebigukubiddwamu. Osobola okukiraba nti Katonda Kitaffe ategese n'ekintu ekitono ng'omulyango ng'afa ne ku buntu obusembayo obutono mu kwagala Kwe okw'obwegendereza eri abaana Be mu buli kasonda k'Ekibuga kya Yerusaalemi Empya konna.

**Okuyita mu mulyango omweru ogukoleddwa mu jjinja ey'omuwendo**

Abantu abatabalika bayingira okuyita mu mulyango omulungi, omunene ogubayingiza mu kisenge ekirimu embaga mu lunyiriri, era abo ababeera mu Yerusaalemi Empya beebasooka okuyingira mu kifo kino. Baambala engule eza zaabu empanvuko okusinga engule z'abantu ababeera mu bifo ebirala eby'okubeeramu mu ggulu era nga bavaamu ekitangaala eky'empolampola, ekirungi. Abantu bambala olugoye olutasaliddwamu olweru olumasamasa n'okutangalijja. Omubiri gwalwo muwewufu era nga mugonvu nga siriki, era luba lwewujja.

Olugoye luno, luba luwundiddwa mu zaabu oba mu by'okwewunda eby'ebika ebingi, era kubaako n'obuntu obutungiddwako obumasamasa ku nsingo ne ku mikono, n'okusinziira ku mpeera ya buli muntu, n'ebyo ebitungibwako gye bikoma okwawukana. Obulungi n'ekitiibwa eby'abatuuze ba Yerusaalemi Empya ddala byanjawulo n'abatuuze b'omu bifo ebirala eby'okubeeramu mu ggulu.

Okujjako abantu ababeera mu Yerusaalemi Empya, abantu ab'omu bifo ebirala eby'okubeeramu mu ggulu balina okuyita mu mitendera okusobola okwetaba ku mbaga eno ey'omu Yerusaalemi Empya. Abantu abava mu bwakabaka obw'okusatu mu ggulu, obw'okubiri, n'obusooka saako ab'omu Lusuku lwa Katonda balina okukyusa engoye zaabwe ne badda mu ngoye ez'enjawulo eza Yerusaalemi Empya. Okuva lwe kiri nti buli mubiri ogw'omu ggulu gulina ekitangaala kya njawulo okusinziira ku kifo mwe gubeera, bwe batyo abantu okuva mu bifo ebirala balina okweyazika engoye ezituukira ku kifo ky'okubeeramu gye bagenda bwe kiba nga kya waggulu ko okusinga ekyo kye babeeramu.

Ye nsonga lwaki waliwo ekifo eky'okukyusizaamu engoye.

Waliwo engoye nnyingi nnyo eza Yerusaalemi Empya era bamalayika bayamba ku bantu okukyusa engoye zaabwe. kyokka, abo abava mu lusuku lwa Katonda wadde si bangi, tebayambibwako ba malayika okukyusa engoye zaabwe bakyekolera bokka. Bakyusa engoye zaabwe ne badda mu ngoye eza Yerusaalemi Empya era bakwatibwako nnyo olw'ekitiibwa ky'olugoye. Babeera bakyawulira bubi olw'okuba bayambadde olugoye lwe batasaanidde kwambala.

Abantu okuva mu bwakabaka obw'okusatu, Obw'okubiri n'obusooka obw'omu ggulu balina okukyusa engoye zaabwe era ne balaga ne bbaluwa ezabayise ku mbaga eno eri bamalayika ab'oku mulyango ogugenda mu kisenge awali embaga.

### Ekisenge amakula era ekinyirivu ennyo omubeera embaga

Bamalayika bwe bakukulemberamu eri ekisenge embaga mwetegekeddwa, toyinza ku kyebeera kuba amataala agaka obulungi ennyo gakuyitirirako saako enfaanana ennungi okukamala ey'ekisenge kino. Wansi mu kisenge kino mu masamasa ne langi enjeru ey'ejjinja ery'omuwendo mwe mukoleddwa nga tewali wadde ebbala awantu wonna, era kirina empagi nnyingi nnyo ku buli ludda. Empagi zino eneetooloovu zitangalijja nnyo ng'endabirwamu era munda wawundiddwa n'amayinja ag'omuwendo mangi okuvaayo n'obulungi nga bino tebisangibwa walala wonna. Ekiganda ky'ebimuli kirengejera ku buli mpagi okwongera okuccamula abantu n'obunyuvu bwe mbaga.

Olaba kikuyitirirako n'essanyu n'erikubugaana ng'oyitiddwa ku mbaga eteereddwa mu kisenge ekirimu amayinja agatali ga muwendo mungi ameeru n'aga kulisitooli amasamasa! Olwo ate kinaaba kitya era essanyu n'okusanyuka binaakujjula kyenkana ki nga weetabye ku mbaga eteereddwa mu kisenge ky'embaga eky'omugulu ekyo ekiwundiddwa n'amayinja ag'omuwendo omungi ennyo ag'ebika eby'enjawulo!

Mu maaso g'ekisenge ky'embaga ekya Yerusaalemi Empya, waliwo ebituuti bibiri ebikujjukiza eby'edda, nga gyoli wazze mu maaso kabaka wagenda okutikkirirwa. Wakati ku kituuti ekisemberayo ddala waggulu waliwo namolondo ennene ey'ejjinja ery'omuwendo ery'alangi enjeru eya Katonda Kitaffe. Ku mukono ogwa ddyo ogwa namulondo eno we wali namulondo ya Mukama throne ate ku mukono ogwa kkono we wali namulondo y'omugenyi omukulu ow'embaga esoose. Namulondo zino zeetooloddwa amataala agamasamasa obungi ennyo era nga wonna wakitiibwa. Ku kituuti ekiddako wansi, we watuula bannabbi era entebe zaabwe zitegekebwa okunziira ku mayinja g'omu ggulu okulaga obuyinza n'ekitiibwa kya Katonda Kitaffe.

Ekisenge kino omutegekeddwa embaga kinene nnyo okubeera nti kijaamu abatuuze b'omu ggulu abatabalika abaayitiddwa. Ku ludda olumu olw'ekisenge omuli embaga, waliyo ebivuga nga malayika omukulu yabizanya. Ebivuga bino bizanya enyimba z'omu ggulu okugatta ku ssanyu n'okujaganya si nga embaga egenda mu maaso lwokka, wabula ne bweba tennaba.

### Okutuula okusinziira ku kulung'amizibwa kwa bamalayika

Abo ababa bayingidde mu kisenge omuli embaga bayingizibwa bamalayika eri entebe zaabwe ezaategekeddwa-edda, era abantu okuva mu Yerusaalemi Empya batuula mu maaso, ne kuddako abo ab'omu bwakabaka obw'okusatu, abo ab'omu Bwakabaka Obw'okubiri, Obwakabaka obusooka, n'Olusuku lwa Katonda.

N'abo abava mu Bwakabaka obw'Okusatu bambala engule, naye nga zanjawulo n'ezo ezigabirwa ab'omu Yerusaalemi Empya, era balina okuteekako akabonero aketooloovu ku mukono ogwa ddyo ogw'engule okusobola okwawulibwa ku bantu b'omu Yerusaalemi Empya. Abo ab'omu bwakabaka obw'Okubiri n'Obusooka balina okuteeka akabonero akeetooloovu ku mukono ogwa kkono ku kifuba kyabwe basobole okwawulibwa obulungi ku bantu ab'omu bwakabaka obw'Okusatu oba Yerusaalemi Empya. Abantu okuva mu bwakabaka Obw'okubiri n'obusooka baambala engule naye abo ab'omu Lusuku lwa Katonda tebambala ngule yonna.

Abo abayitiddwa ku mbaga mu Yerusaalemi Empya batuula ne balindirira okuyingira kwa Katonda Kitaffe, eyategese embaga eno, n'omutima ogw'onoona, okukung'aanya engoye zaabwe n'ebiringa ebyo. Akagombe bwe kavuga okulanga okuyingira kwa Kitaffe, abantu bonna abali mu kisenge ky'embaga bayimuka ku magulu gaabwe okwaniriza oyo eyabakyazizza. Era mu kiseera kino, abo abataayitiddwa ku mbaga basobola okulaba ekigenda mu maaso okuyita ku ntimbe eziri buli wamu wonna mu ggulu nga ziraga ebigenda mu maaso eno.

### Kitaffe ayingira ekisenge omulele bwe guvuga

Omulele bwe guvuga, bamalayika abakulu bangi abo abawerekedde ku Katonda kitaffe beebasooka okuyingira, ne kuddako abaagalwa Be bajjajja b'okukkiriza. Kati awo buli muntu yenna na buli kintu kyonna kyetegefu okwaniriza Katonda Kitaffe. Abantu abalaba ekigenda mu maaso beeyongera okwagala okulaba Kitaffe ne Mukama, era amaaso gaabwe ne ba gasimba mu maaso.

Era ku nkomerero, n'ekitangaala ekyaka ennyo era eky'ekitiibwa, Katonda Kitaffe ayingira. Okulabika kwe kw'amaanyi era kwa kitiibwa, naye nga ate kukakkamu nnyo era kutukuvu. Enviiri ze ezeewujjako akatonotono zimasamasa mu zaabu, era ekitangaala eky'amaanyi kiva mu maaso Ge n'omubiri gwonna era ng'abantu tebasobola kuggula bulungi maaso gaabwe.

Katonda Kitaffe bwalinnya waggulu ku namulondo Ye, eggye ery'omu ggulu ne bamalayika, bannabbi ababadde balinze ku kituuti, n'abantu bonna abali mu kisenge kye mbaga bakutamya ku mitwe gyabwe okumusinza. Kitiibwa ky'amaanyi nnyo okulaba Katonda Kitaffe, Omutonzi era Omufuzi w'ebintu byonna, Mu buntu ng'ekitonde. Kino nga kiba kya ssanyu nnyo era nga kikukwatako, wabula abagenyi bonna tebasobola kulaba Katonda. Abantu ab'omu Lusuku lwa Katonda, Obwakabaka Obusooka n'Obw'okubiri tebasobola kuyimusa maaso gaabwe olw'ekitangaala eky'amaanyi. Bayiika buyiisi amaziga ag'essanyu nga beebaza olw'okuba nti basobola n'okuba ku mbaga eno.

### Mukama ayanjula omugenyi omukulu

Nga Katonda Kitaffe amaze okutuula ku namulondo Ye, Mukama ayingira ng'akulemberwa bamalayika abakulu abalungi ennyo era ab'ekitiibwa. Ng'ayambadde engule empanvu enyirira ennyo ey'aka n'ekanzu enjeru. Wa kitiibwa nnyo era Ayakayakana. Mukama akutamya ku mutwe mu maaso ga Katonda Kitaffe n'egonjebwa, n'afuna okutenderezebwa okuva mu bamalayika, bannabbi n'okuva eri abantu abalala bonna, era naye n'abamwenyeza mu ssanyu. Katonda Kitaffe atudde ku namulondo asanyuka ng'alaba abantu bonna ababa bazze ku mbaga.

Mukama agenda ku katuuti n'ayanjula omugenyi omukulu ow'embaga esoose, era mu bujjuvu ayogera buli kimu ekikwata ku buweereza bwe obwayamba okumaliriza okuteekebwateekebwa kw'omuntu. Abantu abamu ku bazze ku mbaga batandika okw'ebuuza ani oyo, era abo ababa bamanyi gwe boogerako bassaayo nnyo omwoyo eri Mukama byayogera nga bwe beesunga.

Oluvanyuma lwa byonna, Mukama amaliriza okwogera Kwe ng'anyonyola engeri omusajja ono gye yayagalamu Katonda Kitaffe, n'engeri gye yafuba okulokola emyoyo emingi, n'engeri gye yatuukirizaamu mu bujjuvu okwagala kwa Katonda. Olwo, Katonda Kitaffe ajjula essanyu n'ayimirira okwaniriza omugenyi omukulu ow'embaga esoose, Nga taata bwanaayaniriza omwana we akomyewo eka n'obuwanguzi, nga kabaka bwayaniriza ssabadduumizi w'amaggye akomeddewo mu buwanguzi. Mu kisenge ky'embaga ekijjudde okwesunga n'okukankana, akagombe kaddamu ne kavuga era awo omugenyi omukulu ayingira, ng'amasamasa.

Ayambadde engule empavu era eyakayakana n'ekanzu empanvu enjeru nga eya Mukama. Naye alabika nga wakitiibwa ddala wabula abantu baba basobola okuwulira obukakkamu bwe n'okusaasira okuva mu maaso ge agafaanana Katonda Kitaffe.

### Mbanjulira omwana wange omwagalwa

Omugenyi omukulu ow'embaga esoose bwayingira, abantu bayimirira era ne bamwaniriza nga bwe bawanise emikono mu bbanga nga galinga amayengo. Bakyukira banaabwe ne basanyuka nga bwe beegwa mu bifuba. Gamba nga, mu mpaka z'ekikopo ky'ensi yonna ekyakamalirizo, omupiira bwe guyita ku mukwasi wa ggoolo okuleeta obuwanguzi, abantu bonna ab'ensi empanguzi ababa bazze oba abali ewaka nga balabira ku ntimbe, bajaganya ne basanyuka, nga bwe beegwa mu bifuba, nga bwe basikang'ana mu mikono n'okubagana mu ngalo ez'awaggulu, n'ebiringa ebyo. Mu ngeri y'emu, ekisenge ky'embaga mu Yerusaalemi Empya kijjula obuluulu n'okusanyuka.

Oyo abeera ayanjuddwa Mukama agenda n'abuuza ku Katonda Kitaffe okusooka mu kitiibwa. Katonda Kitaffe Yennyini amugwa mu kifuba, olwo ne Mukama naye n'amugwa mu kifuba.

Kati Katonda Kitaffe n'agamba, "Mbanjulira Omwana wange omwagalwa" era n'addamu okwanjula omugenyi omukulu ow'embaga esoose. Era essaawa eyo, si bantu abali mu kisenge ky'embaga bokka wabula n'abantu abalabira ekigenda mu maaso okuyita ku ntimbe, n'abo bakutamya ku mitwe gyabwe okumusinza.

Awo, Katonda Kitaffe atuula ku namulondo ye nate, era ne Mukama n'omugenyi omukulu n'abo ne batuula ku zaabwe. Kati abantu bonna amaaso baddamu okugamusimba. Nga bamutunuulira n'omutima ogusiima, Katonda Kitaffe n'amugamba:

Mwana wange !
Nsanyuse nnyo era nsiimye nnyo
Olw'okuba okomyewo gye ndi
Ng'omalirizza omulimu gwo
Gwe n'akuwa.
Kati, bera wano
Era obeera nange olubeerera.

**Ndi Musanyufu nnyo! Mutandike embage ey'essanyu!**

Ng'atunuulira ekisenge ekijjudde abaana Be, Katondo Kitaffe agamba, "Ndi musanyufu nnyo. Mutandike embaga ey'essanyu." Amangu ago, ennyimba ez'omu ggulu zizanyibwa ne bamalayika abalungi ne batandika okuyimba n'okuzina ku siteegi. Bamalayika abazannya ennyimba n'okuzina obulungi ennyo ku ndongo y'omu ggulu; bagira ne bakung'aana mu nnukuta "O" oba mu ngeri endala, oba ne babuuka mpolampola. Bazina mu ngeri ey'ekikungu n'ennyimba ez'empolampola mu ngeri ennyuma n'ennyimba ezisanyusa.

Olaba ku nsi kuno, abantu bulijjo obulungi bw'engeri abantu gye bayimbamu n'okuzina mu kisenge awakolerwa bino ekya Carnegie Hall mu kibuga New York ne mu kifo ekya Opera House eky'omu kibuga Sydney bibayitirirako. Naye ate obulungi bwe ngeri abantu bwe bazina n'okuyimbamu mu ggulu bunaabakwatako kyenkana ki, naddala nga bikolebwa olw'embaga etegekeddwa Katonda?

Abo abaneetaba ku mbaga esoose mu Yerusaalemi Empya baweerezebwa bamalayika. Batuula okwetooloola emmeeza ne baganda baabwe saako bannyinaabwe mu kukkiriza, abo bwe baakoleranga awamu ku nsi kuno era ne baba n'emboozi ennyuvu, nga bwe bawomerwa eby'okunywa, oba n'okubuuza ku bajjajja b'okukkiriza abo bebaludde nga beegomba okusisinkana. Era, waliwo ekiseera eky'enjawulo ng'okusanyusa abagenyi kugenda mu maaso aky'okutendereza n'omutima gwonna n'amazina ag'abo abaakola n'omugenyi omukulu ku nsi kuno.

Eno embaga eya Katonda gyategese eba temanyiddwako muntu yenna, n'olwekyo buli omu– Mukama, omugenyi omukulu, n'abo bonna abazze ku mbaga– bajja kunyumirwa nnyo. Mu ngeri y'emu, Katonda kwagala atugabira empeera n'ekitiibwa ebitagambika ne ku buntu obutono bwe tukoze ku nsi kuno, ne ggulu lyokka eritutegekeddwa Katonda Yennyini lya kitiibwa nnyo.

## 2. Bannabbi Abali mu Kibinja ekisooka mu ggulu

Olwo, ki ki kyetuyinza okukola obulungi okusobola okubeera abatuuze b'omu Yerusaalemi Empya era n'okubeerawo ku mbaga esoose mu ggulu? Tetulina kukoma ku kukkiriza Yesu Kristo n'okufuna Omwoyo Omutukuvu ng'ekirabo, wabula n'okubala ebibala omwenda eby'Omwoyo Omutukuvu n'okufaananya ne Katonda omutima ogwo ogutangalijja era omulungi ng'ejjinja ery'omuwendo omungi. Mu ggulu, omuntu wabeera wasalibwaawo okusinziira ku muntu gyakomye okuba omutukuvu okusobola okufaanyanya omutima ne Katonda.

N'olwekyo, ne mbaga esooka ey'omu Yerusaalemi Empya, bannabbi bayingira okusinziira ku bitiibwa byabwe eby'omu ggulu. Katonda Kitaffe bwayingira ekisenge eky'embaga. Nnabbi asinga obukulu mu kitiibwa oba bajjajja b'okukkiriza abalala beebasooka okuyingira okusinziira ku bitiibwa, gye bakoma okuba okumpi ne namulondo ya Katonda. Mu ngeri y'emu, olw'okuba eggulu litambuzibwa mu nkola ennungi okusiziira ku bitiibwa by'omuntu, tukimanyi nti tulina okufaananya ne Katonda omutima okusobola okubeera okumpi ne namulondo Ye.

Kati kutulabe ekika ky'omutima ogwo ogutangalijja era nga mulungi ng'ejjinja ery'omuwendo omungi, ogufaanana omutima gwa Katonda ne ngeri gye tuyinza okugufaananamu okuyita mu bulamu bwa bannabbi abali mu kibinja ekisooka eky'omu ggulu.

### Eriya yatwalibwa mu ggulu nga talabye kufa

Ku bantu bonna abaateekebwateekwa ku nsi, oyo asinga-obukulu ye Eriya. Okuyita mu Baibuli osobola okulaba nti mu buli mbeera yonna ey'obulamu bwa Eriya buweera Katonda Omulamu obujjulizi, oyo Katonda yekka omutuufu. Yali nnabbi mu biseera bya Kabaka Akabu ow'omu mambuka ga Israeri, okusinza bakatonda abalala gye kwali okungi. Yasoomooza bannabbi 850 abaali basinza ebifaananyi n'ayita wansi omuliro okuva mu ggulu. Eriya era yalagira enkuba ey'amaanyi okutonya oluvanyuma lw'emyaka-esatu-n'ekitundu egy'ekyeeya.

Eriya yali muntu eyakwatibwako byonna nga ffe, n'asaba nnyo enkuba ereme okutonnya enkuba n'etatonnya ku nsi emyaka esatu n'emyezi mukaaga, n'asaba nate; eggulu ne litonnyese enkuba ensi n'emeza ebibala byayo (Yakobo 5:17-18).

Era, okuyita mu Eriya, akatta akatono akali kasigadde mu nsuwa n'amafuta amatono mu ccupa byawangaala okutuusa ekyeeya lwe kyaggwako. Yazuukiza mutabani wa namwanddu era n'ayawula omugga Yolodaani. Era ku nkomerero, yatwalibwa embuyaga ez'omuzimu, Eriya n'atwalibwa mu ggulu (2 bassekabaka 2:11).

Olwo lwaki Eriya, eyali omuntu nga ffe, yasobola okukola eby'amagero bya Katonda eby'amaanyi era n'atalaba na kufa kwe? Kino kiri bwe kityo lwa kuba yatuukiriza eky'omutima gwe okuba omutukuvu era omulungi ng'ejjinja ery'omuwendo ogwo ogufaanana ogwa Katonda okuyita mu bigezo bingi mu bulamu bwe. Eliya yateeka okukkiriza kwe kwonna mu Katonda mu mbeera yonna era n'agonderanga Katonda.

Katonda bwe yamulagira, nnabbi ono yagenda mu maaso ga kabaka Akabu eyali agezaako okumutta n'ayogererayo nti

Katonda ye yali Katonda omutuufu yekka mu maaso g'abantu abatabalika. Yensonga lwaki era bwatyo bwe yafuna amaanyi ga Katonda, n'alaga nnyo amaanyi Ge okugulumiza Katonda n'amaanyi, era bwatyo n'atuuka okweyagalira mu kitiibwa olubeerera.

### Enoka yatambula ne Katonda okumala emyaka 300

Ye ate Enoka? Nga Eriya, ne Enoka naye yatwalibwa mu ggulu nga tamaze kufa. Wadde Baibuli temwogerako nnyo, tusobola okumanya nga bwe yafaananyamu omutima ne Katonda.

Enoka n'amala emyaka nkaaga mu etaano, n'azaala Mususeera, Enoka n'atambulira wamu ne Katonda bwe yamala okuzaala Museseera emyaka bisatu, n'azaala abaana ab'obulenzi n'abobuwala; ennaku zonna eza Enoka ne ziba emyaka bisatu mu nkaaga mu etaano Enoka n'atambulira wamu ne Katonda; so n'atabeerawo; kubabnga Katonda yamutwala (Olubereberye 5:21-24).

Enoka yatandika okutambula ne Katonda ng'alina emyaka nkaaga mu etaano. Yali muganzi nnyo mu maaso ga Katonda kubanga omutima gwe gwafaanana ogwa Katonda. Katonda yawuliziganyanga naye nnyo, n'atambula naye okumala emyaka 300, era n'amutwala nga mulamu eri ekifo ekiri okumpi ne Katonda Yennyini. Wano, "okutambula ne Katonda" kitegeeza nti Katonda ali n'omuntu oyo mu buli kimu, era ne Katonda yali ne Enoka mu buli gye yalaganga okumala emyaka bisatu biramba.

Bw'ogenda ku lugendo, muntu wa kika ki gwe wandyagadde okugenda naye? Olugendo olwo lujja ku kugendera bulungi singa omuntu gw'ogenze naye mu ba musobola okugabana naye omutima gwo. Na kino bwe kiri, tutegeera nti Enoka yali bumu ne Katonda mu mutima nga n'olwekyo yali asobola okutambula Naye.

Olw'okuba Katonda kitangaala kyennyini, bulungi bwereere, era kwagala, tetulina kuba na nzikiza yonna mu ffe okusobola okutambula ne Katonda wabula okuba n'obulungi obutiiriika saako okwagala. Enoka yeekuuma nga mutukuvu wadde yabeeranga mu nsi ejjudde ebibi, era n'atwalanga okwagala kwa Katonda eri abantu (Yuda 1:14). Baibuli teyogera nti oba yaliko ekintu kyatuukiriza ekyamaanyi nti oba alina omulimu ogw'enjawulo gwe yakola. Naye, olw'okuba Enoka yatya Katonda mundu ddala w'omutima gwe, ne yeewala ekibi, era n'atambulira mu bulamu obutukuziddwa okusobola okutambula ne Katonda, Katonda Yennyini yamutwala okubeera okumpi naye mangu.

N'olwekyo, Abaebulaniya 11:5 watugamba tells us, "Olw'okukkiriza, Enoka yatwalibwa obutalaba kufa, n'atalabika kubanga Katonda yamutwala, kubanga bwe yali nga tannatwalibwa yategeezebwa okusiimibwa Katonda." Mu ngeri y'emu, Enoka eyalina okukkiriza okusanyusa Katonda, yaweebwa omukisa okutambula ne Katonda olubeerera, yasutulibwa mu bbanga, n'atwalibwa mu ggulu nga talabye kufa, era n'efuuka omuntu ow'okubiri mu bukulu mu ggulu.

### Ibulayimu yayitibwa mukwano gwa Katonda

Kati, Obulungi bw'omutima gwa Ibulayimu bwali bwa kika ki okutuuka okuyitibwa mukwano gwa Katonda era n'abeera omuntu ow'okusatu mu kitiibwa mu ggulu?

Ibulayimu yeesiga Katonda mu bujjuvu era n'amugondera mu bujjuvu. Bwe yali ng'ava mu nsi gye yazaalibwa ng'agoberera ekiragiro kya Katonda, yali tamanyi na gyagenda naye mu buwulize yava e waabwe gye yazaalibwa era gye yalina eby'obugagga. Era, bwe yalagirwa okuwaayo mutabani we Isaaka ng'ekiweebwayo ekyokye, omwana gwe yazaala nga w'amyaka 100. Amangu ago n'agonderawo. Yeesiga Katonda oyo omulungi era ow'obuyinza, nti asobola n'okuzuukiza abafu.

Era Ibulayimu teyeeyagalizanga yekka. Eky'okulabirako, omwana wa muganda we Lutti ne bintu bye bwe byawera ebingi nga tebakyasobola kubeera bonna, Ibulayimu yaleka Lutti n'asooka asalawo we yali ayagala okubeera, ng'agamba,

"Waleme okubaawo empaka, nkwegayiridde eri nze naawe, n'eri abasumba bo n'abasumba bange, kubanga tuli ba luganda. Ensi yonna teri mu maaso go? Yawukana nange nkwegayiridde obanga oneeroboza omukono ogwa kkono nange naagenda ku mukono ogwa ddyo bw'oneeroboza omukono ogwa ddyo nagendanga ku mukono ogwa kkono" (Olubereberye 13:8-9).

Lumu, bakabaka bangi beegatta ne balumba Sodoma ne Gomora ne banyaga eby'obugagga byonna ne mmere ne kizibwe wa Ibulayimu Lutti naye ne bamutwaliramu kubanga yali abeera mu Sodoma. Awo, Ibulayimu n'atwala abasajja abazaalibwa n'okutendekebwa ewuwe, ne bawondera bakabaka bano era ne babagyako ebintu ne mmere bye baali banyaze. Kabaka wa Sodoma yayagala okumusasula ku bintu bye yali azizza mu ngeri y'okumwebaza, n'abigaana. Ibulayimu yakikola okwagala okubakakasa nti emikisa gye gyavanga wa Katonda yekka. Mu ngeri y'emu, Ibulayimu yagonda n'okukkiriza olw'ekitiibwa kya Katonda n'omutima omutuku era omulungi ng'ejjinja ery'omuwendo. Eno yensonga lwaki Katonda yamuwa omukisa omunene ku nsi kuno ne mu ggulu.

## Musa, Omukulemebeze w'okutambula kw'abaana ba Isreari

Musa eyakulemberamu abaana ba Isreari okuva e Misiri, yalina mutima gwa kika ogw'amutuusa okuweebwa ekifo eky'okuna mu bantu mu ggulu? Okubala 12:3 watugamba, "Era omusajja Musa yali muwombeefu nnyo, okusinga abantu bonna abali ku nsi yonna."

Mu Yuda mwe muli awantu wetulabira malayika omukulu Mikayiri ng'akaayana n'omulabe sitaani ku mubiri gwa Musa, Kino kiri bwe kityo lwakuba Musa yalina ebisaanyizo eby'okutwalibwa waggulu mu ggulu nga mulamu. Musa bwe yali ng'akyali mulangira w'ensi ye Misiri, yattako ku musajja Omumisiri eyali akuba Omubebulaniya. Olwa kino omubi sitaani kye yava avunaana Musa ng'agamba alina okufa.

Kyokka, malayika omukulu Mikayiri yali awakanya omubi setaani ng'agamba, Musa ebibi byonna yali yabisuula era yalina ebisaanyizo okutwalibwa mu ggulu nga mulamu. Mu Matayo 17, tusoma nti Musa ne Eriya bakka okuva mu ggulu okunyumyamu ne Yesu. Okusinziira ku bino tusobola okutegeera ekyatuuka ku mubiri gwa Musa.

Musa yalina okudduka okuva mu lubiri lwa Falawo olw'obutemu bwe yali akoze. Awo n'alunda ebisibo by'endiga mu ddungu okumala emyaka amakumi ana. Okuyita mu bigezo by'omu ddungu, Musa yasanyaawo amalala ge gonna, n'okwegomba, n'okweyita omutuukirivu bye yalina ng'akyali omulangira mu lubiri lwa Falawo. Oluvanyuma lw'okuyita mwe byo, olwo Katonda kye yava amuwa obuvunaanyizibwa bw'okujja aba Iseraeri okubajja mu nsi ya Misiri.

Kati Musa, eyali yattako omuntu olumu n'adduka, yalina okuddayo ewa Falaawo okuggya abaIseraeri mu Misiri gye baali abaddu okumala emyaka 400. Kino kyalinga ekitasoboka mu ntegeera y'omuntu, naye Musa yagondera Katonda n'agenda mu maaso ga Falawo. Si buli muntu nti yali ayinza okuba omukulembeze osobola okujja aba Iseraeri abaali eyo mu nkumi n'enkumi era abatwale mu nsi ye Kanani. Yensonga lwaki Katonda Yasooka kutereeza Musa mu ddungu okumala emyaka amakumi ana era n'amufuula ekibya eky'amaanyi ekyali kisobola okwaniriza n'okugumiikiriza aba iseraeri bonna. Mu ngeri eno, Musa yafuuka omuntu omugonvu eyali agonda n'okutuuka ku ssa ly'okufa okuyita mu bigezo era yasobola okukola omulimu kw'okujja abaana ba Iseraeri okuva mu Misiri okubatwala mu nsi ensuubize. Tusobola okulaba obulungi Musa bwe yaliko okuva mu Baibuli.

Musa n'addayo eri MUKAMA, n'ayogera nti, "Woo, abantu abo bayonoonye ekyonoono ekinene, ne beekolera bakatonda aba zaabu. Naye kaakano, bw'onoosonyiwa eky'onoono kyabwe-; naye bw'otoobasonyiwe, osangule nze, nkwegayiridde, mu kitabo kyo kye wawandiika!" (Exodus 32:31-32)

Musa yali akimanyi bulungi nti okuwandukulula erinnya lye mu kitabo kya MUKAMA tekyali tekitegeeza kufa kwa mubiri kyokka. Nga wadde yali akimanyi nti abo amannya gaabwe agatali mu Kitabo ky'obulamu bajja kusuulibwa mu muliro gwa ggeyeena, okufa okw'olubeera, era babonebone olubeerera, Musa yali mwetegefu okufa olubeerera ebibi by'abantu bisobole okusonyiyibwa.

Katonda olowooza yalowooza ki ng'atunuulira Musa ono? Katonda ya musanyusa nnyo kubanga yategeerera ddala omutima gwa Katonda ogwo ogukyawa ekibi kyokka nga gwagala okulokola ab'onoonyi; Katonda n'addamu okusaba kwe. Bwatyo Katonda n'alaba nga Musa yekka yali wa muwendo okusinga aba Iseraeri kubanga yalina omutima ogwali omutuufu mu maaso ga Katonda era nga yali mutukuvu era nga mutangaavu ng'amazzi ag'Obulamu ag'atandikira ku namulondo Ye.

Singa wabaawo ejjinja ery'omuwendo erya dayamondi ery'enkana ekijanjaalo era nga teririiko bbala wadde olufunyiro, n'amayinja nga kikumi ag'enkana ebibatu, kiriwa ky'otwala nga kye kisinga ebbeeyi? Tewali n'omu ajja kuwanyisa jjinja lya muwendo n'amayinja aga bulijjo.

N'olwekyo, bwe tumanya nti omuwendo gwa Musa yekka, oyo eyatuukiriza omutima gwa Katonda mu ye, gwali gwa muwendo nnyo okusinga ogw'abantu bonna aba Iseraeri nga bagatiddwa wamu, tulina okutuukiriza emitima emirungi era emitukuvu nga ejjinja ery'omuwendo omungi.

### Paulo, omutume w'abamawanga

Omuntu ow'okutaano mu kitiibwa mu ggulu ye mutume Paulo eyawaayo obulamu bwe mu kubuulira enjiri eri abamawanga. Wadde yali mwesiga eri obwakabaka obw'omu ggulu okutuuka ne ku ssa ly'okufa n'okwagala okungi, mu kasonda akamu mu mutima gwe yabeeranga awulira bubi kubanga yali ayigganyizaako abakkiririza mu Yesu Kristo nga tannaba kukkiriza Mukama. Yensonga lwaki yagamba mu 1 Bakkolinso 15:9, "Kubanga nze ndi muto mu batume, atasaanira kuyitibwa mutume kubanga nnayigganyanga ekkanisa ya Katonda."

Wabula, olw'okuba yali ekibya ekirungi, Katonda yamulonda, n'amutereeza, era n'amukozesa ng'omutume wa bamawanga. 2 Bakkolinso 11:23 n'okweyongerayo wannyonnyola mu bujjuvu ebizibu ebingi bye yayitamu ng'abuulira enjiri, era tusobola okukiraba nti yabonaabona nnyo n'aggwamu n'essuubi ly'obulamu. Yakubibwa era n'asibibwa emirundi mingi. Emirundi etaano ng'abayudaaya bamukuba embooka amakumi ana gyako emu; emirundu esatu yakubibwa enga; lumu yakubibwako amayinja; emirundi esatu eryato lya mu menyekako ku Nyanja, bwatyo n'amala ekiro kiramba n'olunaku ku nnyanja awatali kintu kyonna; yateranga nnyo obuteebaka; yamanya ku njala ne nnyonta bwe biruma kubanga emirundi gyawerera ddala nga talya mmere; yabeerako mu bunyogovu ng'ate ali bwereera (2 Corinthians 11:23-27).

Paulo yabonaabona nnyo nti yayogera n'okwogera mu 1 Bakkolinso 4:9 nti, "Kubanga ndowooza nga Katonda ffe abatume yatwolesa enkomerero ng'abataaleme kufa, kubanga twafuuka ekyerolerwa ensi ne bamalayika n'abantu."

Olwo lwaki, Katonda yaganya ebizibu bino byonna n'okuyigganyizibwa okuba ku Paulo eyali omwesiga okutuuka ku ssa ery'okufa? Katonda yali asobola okutangira ebizibu byonna ebyatuuka ku Paulo naye Yali ayagala Paulo abeera n'omutima omutukuvu era omulungi ng'ejjinja ery'omuwendo omungi okuyita mu bizibu bino. Kasita, omutume Paulo essanyu ne ddembe yali wa ku bifuna mu Katonda yekka, n'eyeerumiza ddala, olwo alyoke abeera ne mbala ya Kristo yennyini. Kati yali asobola okwogera mu 2 Bakkolinso 11:28 nti, "Obutassaako bya bweru, waliwo ekinzitoowerera bulijjo bulijjo, okwerariikiriraranga olw'ekkanisa zonna."

Era yayogera mu Baruumi 9:3, "Kubanga nandyagadde nze mwene okukolimirwa Kristo olwa baganda bange, ab'ekika kyange mu mubiri." Paulo, eyalina omutima ogw'ekika kino ogutuukiridde era nga mulungi ng'ejjinja ery'omuwendo, yali tasobola kuyingira Yerusaalemi Empya kyokka, wabula n'okubeera okumpi ne namulondo ya Katonda.

## 3. Abakyala Abalungi mu maaso ga Katonda

Twatunuulidde dda embaga esooka mu Yerusaalemi Empya nga bweribeera. Katonda Kitaffe bwayingira ekisenge omutegekeddwa embaga eno, abeerako n'omukyala amubeera emabega amugiddeko. Abeera okumpi ne Katonda Kitaffe ng'ayambadde olugoye olweru oluli okumpi okukomba ku ttaka era awundiddwa n'eby'okwewunda bingi. Omukyala ono ye Malyamu Muagudaleene. Okusinziira ku mbeera nga bwe yali ebiseera ebyo ng'emirimu gy'abakyala mulujjudde mitono ddala, yali tasobola kukola bingi okusobola okutuukiriza obulungi obwakabaka bwa Katonda, Naye olw'okuba yali mukyala mulungi nnyo mu maaso ga Katonda, yali asobola okuyingira mu kimu ku kifo ekisinga okwegombebwa mu ggulu.

Nga bwe waliwo emitendera mu bitiibwa mu bannabbi okusinziira ku mutima gwa Katonda ba gufaanana kyenkana ki, abakyala mu ggulu n'abo, balina emitendera mwe bateekebwa okusinziira ku bwe bakakasibwa n'okwagalibwa Katonda.

Olwo, bulamu bwa kika ki abakyala abo bwe batambuliramu okusobola okukakasibwa n'okwagalibwa Katonda era ne bafuuka abantu ab'ekitiibwa mu ggulu?

### Malyamu Magudaleene ye yasooka okulabikirwa Mukama ng'azuukidde

Omukyala asinga okwagalibwa Katonda ye Marlyamu Magudaleene. Okumala ebbanga ddene, yali asibiddwa mu maanyi g'ekizikiza era n'afukanga ekitagasa mu bantu, era n'abonabona nnyo ne ndwadde ezitali zimu. Mu zimu ku nnaku ezo enzibu, n'awulira amawulire agakwata ku Yesu, n'ategeka akawoowo ak'ebbeeyi n'agenda mu maaso Ge. Yawulira nti Yesu atuukidde mu nnyumba y'omu ku ba Falisaayo era bwatyo n'agendayo, naye n'atasobola ku mweng'anga kugenda mu maaso Ge wadde nga yali ayagadde okumulaba okumala ebbanga eddene. N'agenda emabega We, n'atobya ebigere Bye n'amaziga amangi era n'abikaza n'enviiri ze, era n'amenya ekibya omwali kalifuuwa n'amuyiwa ku bigere Bye. Yawonyezebwa obulumi bw'endwadde zonna ze yalina okuyita mu kikolwa kino eky'okukkiriza, era n'eyeebaza nnyo. Okuva olwo, yayagala nnyo Yesu era n'amugoberera buli weyalaganga, era n'afuka omukyala omulungi ennyo eyawaayo obulamu bwe bwonna ku lulwe (Lukka 8:1-3).

Yagoberera Yesu ne bwe yakomererwa, ne bwe yassa omukka Gwe ogusembayo, wadde yamanya nti okubaawo mu kiseera ekyo kyali kiyinza okumuviirako okufa. Malyamu yassukawo ku kusasulira ekisa kye yali afunye, naye n'agoberera Yesu, ng'awaddeyo buli kimu omuli n'obulamu bwe.

Malyamu Magudaleene, eyayagala ennyo Yesu, ye muntu eyasooka okusisinkana Mukama ng'amaze okuzuukira. Yafuuka omukyala ow'amaanyi mu byafaayo by'omuntu kubanga yalina omutima omulungi ennyo n'ebikolwa ebirungi ebyakwata ne ku Katonda.

### Malyamu atamanyi musajja yaweebwa omukisa okuba olubuto lwa Yesu

Ow'okubiri mu bakyala abalungi ennyo mu maaso ga Katonda ye Malyamu atamanyi musajja, eyaweebwa omukisa okuba olubuto lwa Yesu, oyo eyafuuka Omulokozi w'abantu bonna. Emyaka nga 2,000 egiyise, Yesu yalina okujja mu mubiri okununula abantu bonna okuva mu bibi byabwe. Kino okusobola okutuukirizibwa, omukyala eyali atuukiridde mu maaso ga Katonda yali yeetaagisa era Malyamu, mu kiseera ekyo nga yali ayogerezebwa Yusufu, yalondebwa. Katonda yamumanyisizaawo nga tekinnabaawo okuyita mu malayika omukukulu Gabulyeri nti yali wakuzaala Yesu ku bw'Omwoyo Omutukuvu. Malyamu teyateekamu kutegeera kwa Muntu kwonna wabula mu buvumu n'ayogera n'ayatula okukkiriza kwe nti, "Laba, nze ndi muzaana wa Mukama; kibe ku nze nga bw'ogambye" (Lukka 1:26-38).

Omukazi atamanyi musajja bwe yafunanga olubuto mu kiseera ekyo, teyakomanga kuweebulwa mu bantu bonna kyokka, wabula n'okukubibwa amayinja okusinziira ku mateeka ga Musa. Wabula, yakkiriza munda w'omutima gwe nti tewali kitasoboka eri Katonda era n'asaba kibe nga bwagambye. Yalina omutima omulungi ogusobola okugondera ekigambo kya Katonda wadde nga kyali kyakukosa obulamu bwe. Lowoozaamu ku ssanyu n'okwebaza kwe yaliko lwe yawulira ng'alina olubuto lwa Yesu oba bwe yamuwuliranga ng'akulira mu maanyi ga Katonda! Gwali mukisa gwa maanyi okutuuka ku Malyamu ekitonde obutonde.

Yensonga lwaki yali musanyufu nnyo okutunula obutunuzi ku Yesu, era n'amuweereza saako okumwagala okusinga obulamu bwe. Mu ngeri eno, Malyamu atalina musajja yaweebwa omukisa ogw'amaanyi okuva eri Katonda era n'afuna ekitiibwa eky'olubeerera kumpi ne Malyamu Magudaleene mu bakyala bonna mu ggulu.

### Eseza teyatya kintu kyonna ku lw'okwagala kwa Katonda

Eseza, eyawonya abantu be n'okukkiriza kwe okw'amanyi n'okwagala, yafuuka omukyala omulungi mu maaso ga Katonda era n'atuuka ku kifo ekisinga ekitiibwa mu ggulu.

Nga kabaka wa Buwesiyopya amaze okugyako n'abakyala Visuti ekitiibwa kye, Eseza ye yalondebwa mu bakazi abalungi ennyo abangi era n'afuuka n'abakyala wadde nga yali muyudaaya. Yayagalibwa nnyo kabaka n'abantu abalala bonna kubanga yali teeyeelaga wadde okuba n'amalala, wabula y'ewundanga n'obutukuvu mu ngeri ey'ekikungu wadde ngera yali mulungi.

Bwe yali ngali mu kifo eky'obwanabakyala, Abayudaaya bafuna ebizibu. Kamani Omwagaagi, eyali ayagalwa ennyo kabaka okumusukulumya ku balala bonna, bwe yanyiiga ennyo Omuyudaaya eyayitibwa Moluddekaayi bwataakutamya ku mutwe gwe wadde okumuvunnamira okumuwa ekitiibwa. N'olwekyo, n'akola olukwe olw'okuzikiriza abayudaaya bonna abaali mu Buperusi, era n'aweebwa olukusa okuva ewa kabaka okukikola.

Eseza yasiibira abantu be okumala ennaku ssatu n'asalawo okugenda mu maaso ga kabaka (Eseza 4:16). Okusinziira ku mateeka g'omu Buperusi ebiseera ebyo, omuntu yenna bwe yagendanga e wa kabaka nga tayitiddwa, yalinanga okuttibwa, okujjako nga kabaka amugoloredde omuggo gwe ogwa zaabu. Oluvanyuma lw'enaku ssatu ez'okusiiba, Eseza yeesigama ku Katonda yekka era n'agenda mu maaso ga kabaka ng'asazeewo nti, "oba nzikirira, nzikirire." Era oluvanyuma lw'okubeeramu omukono gwa Katonda, Kamani, eyali akoze olukwe, ye yennyini ye yattibwa. Eseza teyawonya bantu be bokka wabula yayongera kwagalibwa kabaka.

Mu ngeri y'emu, Eseza yatwalibwa ng'omukyala omulungi era n'atuuka mu kifo eky'ekitiibwa mu ggulu kubanga yali muvumu mu mazima era ng'alina obumalirivu obw'okuwaayo obulamu bwe, bwe kiba nga kyali mu kwagala kwa Katonda.

### Luusi yalina omutima omulungi

Kati, katutunule mu bulamu bwa Luusi, oyo eyakkirizibwa nti mukyala mulungi mu maaso ga Katonda era nga y'omu ku bakyala ab'amaanyi mu ggulu. Yalina mutima gwa kika ki na bikolwa ki bye yakola ebyo ebyasanyusa Katonda n'aweebwa omukisa?

Luusi Omumowaabu yafumbirwa Omu Israeri eyali azze n'abantu be e Mowaabu olw'enjala eyali egudde ewaabwe, naye omwami we n'afa. Abasajja bonna ab'omu maka ge b'afa bato, bwatyo n'abeera nga beera ne nyazaala Nawomi ne mujja we Olupa. Nawomi, neyeerarikiria olw'ebiseera byabwe eby'omu maaso bwe binaaba, n'agamba baka baana be bombi okuddayo mu b'omu maka gaabwe. Olupa n'agenda n'alekawo Nawomi mu maziga naye Luusi ye n'asigala, era mu maziga yayogera nti:

Tonnegayirira kukuleka, n'okuddayo obutakugoberera; kubanga gy'onoogendanga, gye nnaagendanga nze, era gy'onoosulanga, gye nnaasulanga nze, abantu bo be banaabanga abantu bange, era Katonda wo, Katonda wange, gy'olifiira, nze gye ndifiira, era gye balinziika, Mukama ankole bwatyo era n'okusingawo, oba ng'ekigambo kyonna kiritwawukanya ggwe nange wabula okufa.

Olw'okuba Luusi yalina omutima omulungi bwe gutyo, teyeenoonyezanga bibye wabula ng'agoberera obulungi ne bwe kyalinga kiyinza okumuviiramu obuzibu, era n'atuukiriza obuvunaanyizibwa bwe obw'okuyamba nyazaala we n'essanyu.

Ekikolwa kya Luusi eky'okusigala ne nnyazaala we kyali kirungi nnyo nti ekyalo kyonna kyali kimanyi obwesigwa bwa Luusi era ne bamwagala, Yafumbirwa omusajja gwe bayita Bowaazi, ow'oluganda lwa Nawomi. Yazaala omwana ow'obulenzi era n'afuuka jjajja wa taata wa taata wa Kabaka Dawudi (Luusi 4:13-17). Era, Luusi yaweebwa omukisa okubeera mu lunyiriri lwa Yesu wadde nga ye yali mukazi munnawanga (Mataayo 1:5-6), era n'afuuka omu ku bakyala abalungi ennyo mu ggulu addiridde Eseza.

## 4. Malyamu Magudaleene Abeera Kumpi ne Namulondo ya Katonda

Olwo, lwaki Katonda atuganya ffe okumanya ku mbaga esooka mu Yerusaalemi Empya n'engeri bannabbi n'abakyala gye bagenda baddiring'ana mu kitiibwa mu ggulu? Katonda kwagala takoma ku kwagala abantu bonna okufuna obulokzi n'okutuuka mu ggulu, naye Ayagala bamufaananye omutima olwo basobole okubeera okumpi ne namulondo Ye mu Yerusaalemi Empya.

Ffe okusobola okufuna ekitiibwa eky'okubeera okumpi ne namulondo ya Katonda mu Yerusaalemi Empya, emitima gyaffe girina okufaanana omutma Gwe, ogwo omutangaavu era omulungi ng'ejjinja ery'omuwendo. Tulina okutuukiriza omutima omulungi ng'emisingi ekkumi n'ebiri egy'ebisenge by'Ekibuga ekya Yerusaleemi Ekiggya.

N'olwekyo, okuva kati, tugenda okwekenneenya obulamu bwa Malyamu Magudaleene, oyo ali mu kuweereza Katonda Kitaffe ng'abeera kumpi ne namulondo Ye. Bwe nnali nga nsabira okutegeera "Eby'okuyiga mu Njiri ya Yokaana," N'ategeera mu bujjuvu ddala ku bulamu bwa Malyamu Magudaleene okuyita mu kw'olesebwa kw'Omwoyo Omutukuvu. Katonda yandaga amaka Malyamu Magudaleene mwe yazaalibwa, engeri gye yabeerangamu, n'obulamu bwe yeeyagaliramu ng'amaze okusisinkana Yesu Omulokozi. Nsuubira nti munaagoberera omutima gwe omulungi ogwesalira omusango buli kiseera mu buli kimu, n'okwagala okuwa-obulamu kwe yalina eri Mukama, naawe osobole okuba n'omukisa ogubeera okumpi ne namulondo ya Katonda.

### Yazaalibwa mu maka agasinza ebifaananyi

Yatuumibwa "Malyamu Magudaleene" kubanga yazaalibwa ku kyalo ekiyitibwa "Magudaleene" ekyali kijjudde okusinza ebifaananyi. Amaka ge waabwe n'ago omuze guno tebaagutaliza; ekikolimo ky'agwa ku maka ge waabwe okumala emirembe mingi olw'okuba baali basinza nnyo ebifaananyi era galimu ebizibu bingi.

Malyamu Magudaleene, ey'azaalibwa mu mbeera y'omwoyo embi ennyo, yali tasobola kulya bulungi kubanga yalina ekizibu ky'okuzimba olubuto n'ebyenda ekyamuviirangako okufuna embiro n'okusesema. Era, olw'okuba omubiri gwe gwalinga munafu ebiseera ebisinga, omubiri gwe gwakung'aanyanga buli kalwadde. Era, teyaddamu na kugenda mu nsonga ku myaka emito bwatyo n'afiirwa omugaso ogusinga obukulu ogw'omukazi. Era yensonga lwaki ebiseera ebisinga yabeeranga mu nnyumba n'asirika ng'alinga ataliiwo. Wabula, wadde yayisibwangamu nnyo amaaso era nga abe waabwe bennyiini n'abo bamuyisa bubi, teyeemulugunyaako gye bali. Wabula, yagezangako okubategeera era n'agezaako okuba ensulo y'okuddizibwamu amaanyi gye bali, nga omusango agweteekako ye. Bwe yalaba ng'abantu be takyasobola kubazzaamu maanyi wabula ng'afuuse kizibu gye bali, N'avaayo mu bantu be. Kino teyakikola mu bukyaayi oba okwetamwa olw'empisa gye baali bamuyisaamu naye lwakuba yali takyayagala kubakaluubiriza.

## Ng'agezaako nga bwasobola, Ng'omusango agweteekako ye

Wakati mu bino, yasisinkana omusajja n'agezaako okumwesigamako, wabula yalina omutima-omubi. Teyagezaako kuyimirizaawo maka ge wabula ng'ebeera mu kukuba zaala buli kiseera. Era nga buli kiseera abeera asaba Malyamu Magudaleene okumwongera sente, nga bwamuboggolera n'okumukuba.

Malyamu Magudaleene yatandika okutunga ebitambaala nga bwanoonya omulimu oguyinza okumuwa ku sente eziwerako. Naye olw'okuba teyabeeranga mulamu ebiseera ebisinga kyokka ng'akola olunaku lulamba, n'ayongera okunafuwa nga kati alina kuyambibwako muntu oba abantu abawera. Wabula, wadde Malyamu yeeyayimirizangawo omusajja, teyamwebazangako wadde, ngera tamufaako saako okumumalamu amaanyi. Malyamu Magadaleene teyamukyawa naye yawuliranga bubi nti teyasobolanga kuyamba bulungi musajja oyo kubanga omubiri gwe gwalinga munafu, era ng'okubonaabona omusajja kwa mukola alaba nga kusaana.

Ng'ali mu mbeera embi bwetyo, ng'asuuliddwawo abazadde be, baganda be, n'omusajja, yawulira amawulire amalungi ennyo. Yawulira amawulire ga Yesu, eyali akoze eby'amagero eby'ewunyisa ng'okuzibula abazibe amaaso, n'okwogeza bakasiru. Malyamu Magadaleene bino bwe byamugwa mu matu, teyalina kubuusabuusa kwonna ku bubonero n'eby'amagero ebyakolebwanga Yesu kubanga omutima gwe gwali mulungi. Era ye, yalina okukkiriza nti obunafu bwe bwonna n'endwadde byali byakuwona singa asisinkana omusajja Yesu.

Yanoonya n'okukkiriza engeri gyayinza okusisinkanamu Yesu, oluvanyuma yawulira nti Yesu yali azze ku kyalo kyabwe nti era yali abeera mu nyumba y'omufalisaayo omu ayitibwa Simyoni.

### Okuyiwa ku bigere akaloosa n'okukkiriza

Malyamu Magadaleene yali musanyufu nnyo nti yali aguze akaloosa ne sente ze yali aterese okuva mu kutunga ebitambaala. Ekyo kye yawulira ng'asisinkanye Yesu tekisobola kunnyonyolwa na bigambo.

Abantu baagezaako okumulemesa okusemberera Yesu kubanga engoye ze zaali si nnungi bulungi naye tewali n'omu yali asobola kulemesa kwagala kwe. Wadde abantu baamutunuulira bubi, Malyamu Magadaleene yatuuka mu maaso ga Yesu era n'akaaba ng'alaba enkula ye enzikakamu.

Yali tasobola kuyimirira mu maaso ga Yesu, bwatyo n'agenda emabega We. Bwe yali ku bigere Bye, n'ayongera okukaaba amaziga ne gatobya ebigere bye byonna. Era amaziga ago n'agakazisa enviiri ze n'ayasa eccupa yakaloosa n'abiyiwako, olw'okuba eri ye, Yesu yali wa muwendo nnyo.

Olw'okuba Malyamu Magudaleene yajja mu maaso ga Yesu n'okuyaayaana kungi, teyakoma kukusonyiyibwa bibi bye byokka okusobola okulokolebwa wabula n'okuwonyezebwa okwewunyisa kwakka ku bulamu bwe mu bitundu bye eby'omunda n'endwadde ye ey'olususu. Buli kitundu kye eky'omubiri kyatandika okukola obulungi, era n'addamu n'okugenda mu nsonga. Mu maaso ge omwali mulabika obubi olw'endwadde ennyingi mwajjula essanyu n'okusanyuka era n'omubiri gwe ogwali omunafu ennyo gw'addamu obulamu. N'addamu okweyagala ng'omukazi, nga takyasibibwa maanyi ga kizikiza.

### Okugoberera Mukama okutuuka ku nkomerero

Malyamu Magudaleene yafuna ekintu kye yasinga okwebalizanga okusinga okuwona. Kyali nti yafuna omuntu ey'amuwa okwagala okutiiriika obutiiriisi kwe yali tafunanga kuva wa muntu mulala yenna. Okuva olwo, yawaawo ebiseera bye byonna n'okwagala eri Yesu n'okusanyuka okungi saako okwebaza. Olw'okuba obulamu bwe bwaddawo bulungi, yali asobola okuwagira Yesu mu by'ensimbi n'emirimu gye egy'okutunga ebitambaala saako emirimu emirala, era n'amugoberera n'omutima gwe gwonna.

Malyamu Magudaleene teyagobereranga Yesu bwe Yali akola eby'amagero n'obubonero n'okukyusa obulamu bw'abantu abangi n'obubaka obw'amaanyi lwokka, wabula teyamuleka ne bwe yali abonyabonyezebwa abasirikale Abaruumi era ne bamukomerera. Yesu ne bwe baamukomerera ku musaalaba, Malyamu yaliwo. Kyokka nga okubaawo kwe kwali kuyinza n'okutwala obulamu bwe, Malyamu Magudaleene yayambuka okutuuka e Ggologoosa, ng'agoberera Yesu ey'ali yettise omusalaba.

Olowooza yalowooza ki, nga Yesu, gwe yali ayagala n'omutima gumu, abonaabona mu bulumi obungi n'okulukuta amazzi gonna n'omusaayi okumuggwa mu mubiri?

Mukama, n'akola ntya nze,
N'akolera ddala ki?
Mukama, nsobola ntya okubeerawo w'otali?
Nsobola ntya okuba w'otali?

...
Singa nze ayiwa omusaayi
Gw'oyiwa,
Singa nze ali mu bulumi
Bw'olimu.
...

Mukama,
Si sobola kubeerawo w'otali.
Si sobola kuba mulamu
Okujjako nga ndi naawe.

Malyamu Magudaleene teyaggya ku Yesu maaso okutuuka lwe yassa omukka Gwe ogw'oluvannyuma, era n'agezaako okuteeka okumasmasa kw'amaaso Ge munda ddala ku mutima gwe. Era, yalaba Yesu okutuuka ku kiseera ekisembayo era n'agoberera ne Yusufu owe Alimasaya, eyatwala omulambo gwa Yesu mu ntaana.

### Okulaba Mukama azuukidde mu matulutulu

Malyamu Magudalene yalinda Sabbiiti eyitewo, era ku makya ennyo, nga tebunalaba ku lunaku olusooka oluvanyuma lwa Ssabbiiti, yagenda ku ntaana okuteeka obuwoowo ku mulambo gwa Yesu. Wabula, teyagusangamu. Yawulira bubi nnyo era n'akaaba, era Mukama eyali azuukidde n'amulabikira. Bwatyo bwe yafuna omukisa okusisinkana Mukama eyali azuukidde okusooka omuntu omulala yenna.

Ne Yesu ne bwe yali amaze okukomererwa ku musalaba, teyakkiriza nti ddala kyabaddewo. Yesu yali buli kimu kye, era ng'amwagala nnyo nnyo. Mazima yali musanyufu nnyo ng'asisinkanye Mukama eyali azuukidde mu kiseera kino ekyali ekizibu ennyo gyali! Yali tasobola kusiba maziga ge olw'okuwulira obubi ennyo kwe yaliko mu kiseera ekyo. Teyasooka kumutegeererawo, naye Mukama bwe yamuyita nti "Malyamu" n'eddoboozi erikakkamu, kwe ku mutegeera. Mu Yokaana 20:17, mukama eyali azuukidde atugamba, "Tonkwatako; kubanga sinnaba kulinnya mu ggulu eri Kitange; naye genda eri baganda bange, obabuulire nti Nninnya mu ggulu eri Kitange, era Kitammwe, eri Katonda wange era Katonda wammwe.'" Olw'okuba ne Mukama naye yali ayagala nnyo Malyamu Magudaleene, Yamweraga okusooka nga tannasisinkana Kitaffe ng'amaze okuzuukira.

### Okutambuza amawulire g'okuzuukira kwa Yesu

Gwe kubisaamu akafaananyi essanyu eryabugaana Malyamu Magudaleene bwe yasisinkana Mukama eyali azuukidde, gwe yali ayagala ennyo okukamala! Yayogera nti yali ayagala okubeera ne Mukama olubeerera. Mukama yali amanyi bulungi omutima gwe, naye n'amunyonyola nti yali tasobola kusigala Naye mu kiseera ekyo era n'amuwa omulimu ogw'okukola. Yali wakutwalira amawulire g'okuzuukira Kwe eri abayigirizwa Be kubanga emitima gyabwe gyali girina okukakkanyizibwa n'okubudaabudibwa oluvanyuma lw'ensisi y'okukomerebwa kwa Yesu.

Mu Yokaana 20:18 tulaba nti "Malyamu Magudaleene n'ajja n'abuulira abayigirizwa nti Ndabye Mukama waffe, era bw'amugambye ebigambo bino.'" Malyamu Magudaleene okulaba Mukama eyali azuukidde okusooka omuntu yenna era n'atwalira abatume bonna amawulire ago tekyagwaawo bugwi. Kyava mu kwewaayo kwe kwonna n'emirimu gye eri Mukama mu kwagala okw'amaanyi eri Mukama.

Singa Piraato yabuuza omuntu yenna okukomererwa mu kifo kya Yesu, ye yandibadde asooka okugamba nti "Nze" era n'avaayo; Malyamu Magudaleene yayagala nnyo Yesu okusinga obulamu bwe ye era n'amuweereza n'okwewaayo kwonna.

### Ekitiibwa ky'okuweereza Katonda Kitaffe

Katonda Malyamu Magudaleene yamusanyusa nnyo, kubanga omutima gwe gwali mulungi nnyo nga temuli bubi bwonna, era yalina okwagala kwennyini okw'Omwoyo. Malyamu Magudaleene yayagala Yesu n'omutima ogutakyukakyuka era omutuufu okuva lwe yamusisinkana. Katonda Kitaffe, eyakkiriza omutima gwe nti mulungi, yayagala okumuteeka okumpi Naye okusobola okuwunyiriza evvumbe eddungi ery'omutima gwe. Yensonga lwaki, ekiseera bwe kyatuuka, Yakkiriza Malyamu Magudaleene okutuuku mu kitiibwa eky'okumuweereza, n'okuba nti asobola n'okukwata ku namulondo Ye.

Katonda Kitaffe kyasinga okwagala kwe kufuna abaana abatuufu abo basobola okugabana n'abo okwagala Kwe okutuufu olubeerera. Yensonga lwaki yeetekateeka okuteekebwateekebwa kw'omuntu, n'eyeekolamu Obusatu, era abadde alindirira n'okugumiikiriza abantu ku nsi kuno okumala ebbanga ddene nnyo nnyo.

Kati, ebifo eby'okubeeramu mu ggulu bwe binaaba bitegekeddwa, Mukama ajja kulabikira mu bbanga, ateekeyo embaga ey'obugole n'abagole Be. Olwo, Abaleke bafuge Naye okumala emyaka lukumi alyoke abatwale mu bifo byabwe eby'okubeeramu mu ggulu olubeerera. Tujja kubeera ne Katonda Obusatu mu ssanyu erisingirayo ddala n'okweyagala olubeerera mu ggulu ettukuvu, eddungi era eritangalijja ng'ejjinja ery'omuwendo omungi, nga lijjudde ekitiibwa kya Katonda. Ng'abo abaliyingira Yerusaalemi Empya bali sanyuka kubanga basobola okusisinkana Katonda maaso ku maaso era nga babeera Naye olubeerera!

Emyaka enkumi bbiri egiyise, Yesu yabuuza, "Naye Omwana w'omuntu bwalijja, aliraba okukkiriza ku nsi?" (Lukka 18:8) Kizibu nnyo okusanga okukkiriza okwaddala ensangi zino.

Omutume Paulo, oyo eyakulemberamu omulimu ogw'okutwala enjiri eri abamawanga, yawandiikira Timoseewo omwana we mu mwoyo ebbaluwa ng'anaatera okufa, nga mu kiseera ekyo Paulo yali asumbuyibwa ebibiina ebyali by'esazeemu ku njigiriza ki entuufu, n'okuyigganyizibwa kw'Abakristaayo.

Nkukuutira mu maaso ga Katonda ne Kristo Yesu, alisalira omusango abalamu n'abafu, era n'olw'okulabika kwe n'obwakabaka bwe: buuliranga ekigambo, kubirirlzanga mu bbanga erisaaniramu n'eritasaaniramu; weranga, nenyanga, buuliriranga, n'okugumiikirizanga kwonna n'okuyigiriza, kubanga ebiro birijja lwe batalikkiriza kuwulira kuyigiriza kwa bulamu; naye amatu nga gabasiiwa, balikung'anya abayigiriza ng'okwegomba kwabwe bo bwe kuli, baliziba amatu, okulekanga amazima, balikyama okugobereranga enfumo obufumo. Naye gwe tamiirukukanga mu byonna, bonaabonanga, kolanga omulimu ogw'omubuulizi w'enjiri, tuukirizanga okuweereza kwo. Kubanga nze kaakano nfukibwa n'ebiro eby'okuteebwa kwange bituuse. Nnwanye okulwana okulungi, olugendo ndutuusizza, okukkiriza nkukuumye, ekisigaddeyo, enterekeddwa engule ey'obutuukirivu, Mukama waffe gyeli mpeera ku lunaku luli, asala emisango egy'ensonga so si nze nzekka, naye era ne bonna abaagala okulabika kwe" (2 Timoseewo y 4:1-8).

Bw'oba olina essuubi ery'eggulu era nga oyagala okulabika kwa Mukama, olina okugezaako okutambulira mu Kigambo era olwane okulwana okulungi. Omutume Paulo yasanyukanga bulijjo wadde yabonaabona nnyo ng'abuulira enjri eno ennungi.

N'olwekyo, naffe tulina okutukuza emitima gyaffe tutuukirize obuvunaanyizibwa n'okusinga ekyo kye twabadde tusuubira okukola okusanyusa Katonda olwo tusobole okugabana okwagala okwa ddala olubeerera nga namulondo ya Katonda etuli kumpi nnyo ddala.

"Mukama wange,
agenda okujja
mu bire eby'ekitiibwa,
nneesunga olunaku olwo
Lw'endigwa mu kifuba Kyo!
Olwa namulondo Yo ey'ekitiibwa,
tujja kugabana okwagala olubeerera
Okwo kwe tutasobola kugabana ku nsi,
Twejjukanyize wamu eby'ayita.
O! Njakugenda mu bwakabaka obw'omu ggulu
Nga nzina
Mukama bwanaampita!
O, obwakabaka obw'omu ggulu!"

## Ebifa ku Muwandiisi:
# Dr. Jaerock Lee

Dr. Jaerock Lee Yazaalibwa Muan, ekisangibwa mu ssaza lye Jeonnam, mu Nsi ye Korea, mu mwaka gwa 1943. Ng'ali mu myaka amakumi abiri, Dr. Lee yabonaabona n'endwadde nnyingi ez'olukonvuba okumala emyaka musanvu era ng'alinda bulinzi kufa awatali ssuubi lya kuwona. Wabula lumu mu biseera eby'omusana mu mwaka gwa 1974, yatwalibwa mwannyina mu kanisa era bwe yafukamira wansi okusaba, amangu ago Katonda Omulamu n'amuwonya endwadde ze zonna.

Okuva Dr. Lee bwe yasisinkana Katonda Omulamu okuyita mu ngeri ennungi bw'etyo, ayagadde Katonda n'omutima gwe gwonna era n'amazima, era mu mwaka gwa 1978 yayitibwa okuba omuweereza wa Katonda. Yasaba n'amaanyi ge gonna asobole okutegeera obulungi okwagala kwa Katonda, alyoke akutuukirize mu bujjuvu era agondere Ebigambo bya Katonda byonna. Mu 1982, yatandika ekanisa eyitibwa Manmin Central Church esangibwa mu kibuga Seoul, eky'omu nsi ye Korea, era eby'amagero bya Katonda ebitabalika, omuli okuwonya okw'ebyamagero bizze bibeerawo mu kanisa ye.

Mu 1986, Dr. Lee yatikkirwa ku mukolo Annual Assembly of Jesus ogwali mu Sungkyul Church of Korea, n'afuuka omusumba era oluvanyuma lw'emyaka ena mu mwaka gwa 1990, obubaka bwe bwatandika okuzanyibwa ku butambi mu nsi ya Australia, Russia, Philippines, n'ensi endala nnyingi ku mikutu nga Far East Broadcasting Company, Asia Broadcast Station, ne Washington Christian Radio System.

Nga wayise emyaka esatu mu 1993, Manmin Central Church yalondebwa okuba "emu ku kanisa 50 ezikulembedde mu nsi yonna" nga bino byafulumizibwa aba Christian World magazine (ng'efulumira mu Amerika) era n'afuna ekitiibwa ky'obwa Dokita mu By'eddiini okuva mu ttendekero eriyitibwa Christian Faith College, eky'omu kibuga Florida, ekisangibwa mu Amerika, era mu 1996 yaweebwa eky'obwa ssabakenkufu mu ttendekero lye Kingsway Theological Seminary, eky'omu kibuga Iowa, mu Amerika.

Okuva omwaka gwa 1993, Dr. Lee akulembeddemu okutambuza enjiri mu nsi yonna okuyita mu kuluseedi ennyingi z'akubye emitala w'amayanja nga kuluseedi eyali e Tanzania, Argentina, L.A., Baltimore City, Hawaii, ne New York City eky'omu Amerika, Uganda, Japan, Pakistan, Kenya, Philippines, Honduras, India, Russia, Germany, Peru, Democratic Republic of the Congo, ne Israel. Mu 2002 empapula ez'amaanyi mu Korea z'amuyitanga "omusumba ow'ensi yonna" olw'emirimu gye mu nsi ez'enjawulo gye yakubanga Kuluseedi ennene ennyo.

Weguweredde omwezi gw'omwenda omwaka gwa 2010, Manmin Central Church erina ba memba abassuka mu 100,000. So nga erina amatabi g'ekanisa amalala 9,000 agali mu Korea n'emu nsi endala, era n'aba minsani 132 beebakasindikibwa mu nsi 23, omuli ne Amerika, Russia, Germany, Canada, Japan, China, France, India, Kenya, n'endala nnyingi.

Ekitabo kino w'ekifulumidde, Dr. Lee abadde awandiise ebitabo ebirala 60, omuli obusinze okutunda nga Okuloza ku Bulamu Obutaggwaawo nga si n'afa, Obulamu Bwange, Okukkiriza Kwanga I & II, Obubaka Bw'omusalaba,
Ekigera Okukkiriza, Eggulu I & II, Ggeyeena, ne Amaanyi ga Katonda. Ebitabo bye bikyusiddwa okudda mu nnimi ezissuka mu 44.

Waliwo obubaka bwe obuwandiikibwa mu miko gye mpapula z'amawulire ng'olwa The Hankook Ilbo, The JoongAng Daily, The Dong-A Ilbo, The Munhwa Ilbo, The Seoul Shinmun, The Kyunghyang Shinmun, The Hankyoreh Shinmun, The Korea Economic Daily, The Korea Herald, The Shisa News, ne The Christian Press.

Dr. Lee kati akola ng'omukulembeze w'ebitongole by'obu misani bingi saako ebibiina: nga ye Sentebe wa, The United Holiness Church of Jesus Christ; Ye Oulezidenti wa, Manmin World Mission; Permanent President, The World Christianity Revival Mission Association; Ye yatandika, Manmin Ttivvi; Ye yatandika era ali ku bboodi ya, Global Christian Network (GCN); Mutandisi era ye sentebe wa Bboodi ya, World Christian Doctors Network (WCDN); era ye yatandika era ye sentebe wa Bboodi ya, Manmin International Seminary (MIS).

## Ebitabo ebirala Eby'amaanyi eby'omuwandiisi y'omu

### Eggulu I & II

Ekifaananyi ekiraga ekifo ekirungi ennyo abatuuze b'omu ggulu mwe babeera n'ennyinyonyola ennungi ey'emitendera egy'enjawulo egy'obwakabaka obw'omu ggulu

### Obulamu Bwange, Okukkiriza Kwange I & II

Evvumbe ery'omwoyo erisingayo obulungi erigiddwa mu bulamu obwameruka n'okwagala kwa Katonda okutatuukika, wakati mu mayengo g'ekizikiza, n'enjegere ezinyogoga saako obulumi obutagambika

### Okuloza ku Bulamu Obutaggwaawo nga si n'afa

Obujjulizi bwa Dr. Jaerock Lee, eyazaalibwa omulundi ogw'okubiri era n'alokolebwa okuva mu kiwonvu eky'ekisiikirize eky'okufa era abadde atambulira mu bulamu bw'ekikristaayo obw'okulabirako

### Ekigera Okukkiriza

Kifo kya kika ki eky'okubeeramu, engule n'empeera ebikutegekeddwa mu ggulu? Ekitabo kino kikuwa amagezi n'okukulung'amya okusobola okupima okukkiriza kwo osobole okuluubirira okukkiriza okusingayo obukulu.

### Ggeyeena

Obubaka obw'amazima eri abantu bonna okuva eri Katonda, oyo atayagala wadde omwoyo ogumu okugwa mu bunnya bwa ggeyeena! Mujja kuzuula ebyo ebitayogerwangako ku bukambwa ate nga bwa ddala obuli mu magombe aga wansi aga geyeena.

www.urimbooks.com

www.ingramcontent.com/pod-product-compliance
Lightning Source LLC
LaVergne TN
LVHW021806060526
838201LV00058B/3252